പാമ്പുകൾ

pambukal
•
p p k pothuval
•
first edition
may 2011
•
second edition
february 2016
•
typesetting
star communication
•
published
chintha publishers, thiruvananthapuram
•
printed
repro india ltd, mumbai
•
cover
abdul azeez

വിതരണം
ദേശാഭിമാനി ബുക്ക് ഹൗസ്
H O തിരുവനന്തപുരം-695 035
phone: 0471-2303026, 6063026
www.chinthapublishers.com
chinthapublishers@gmail.com

ബ്രാഞ്ചുകൾ
ഹെഡ്ഡാഫീസ് ബ്രാഞ്ച് കുന്നുകുഴി • സ്റ്റാച്യു തിരുവനന്തപുരം • കെ എസ് ആർ ടി സി ബസ് സ്റ്റേഷൻ ആലപ്പുഴ • കെ എസ് ആർ ടി സി ബസ് സ്റ്റേഷൻ എറണാകുളം • മച്ചിങ്ങൽ ലെയ്ൻ തൃശൂർ • ഐ ജി റോഡ് കോഴിക്കോട് • മാവൂർ റോഡ് കോഴിക്കോട് • എൻ ജി ഒ യൂണിയൻ ബിൽഡിങ് കണ്ണൂർ • സെൻട്രൽ ബസ് ടെർമിനൽ കോംപ്ലക്സ് താവക്കര കണ്ണൂർ

CR - VV. 95 / 1492 / 3857
ISBN - 978-93-85045-87

പാമ്പുകൾ

പി പി കെ പൊതുവാൾ

ചിന്ത പബ്ലിഷേഴ്സ്
തിരുവനന്തപുരം-695 035
വില : ₹ 70

പി പി കെ പൊതുവാൾ

1946 ൽ കാസർകോട് ജില്ലയിലെ തൃക്കരിപ്പൂരിൽ ജനനം. അധ്യാപകൻ, ശാസ്ത്രസാഹിത്യപരിഷത്ത് പ്രവർത്തകൻ. പരിഭാഷകളടക്കം മുപ്പതിലേറെ കൃതികൾ രചിച്ചിട്ടുണ്ട്. വിജ്ഞാനസാഹിത്യത്തിനുള്ള സംസ്ഥാന–ബാലസാഹിത്യ അവാർഡ്, പി ടി ബി അവാർഡ്, ബെസ്റ്റ് പബ്ലിക് ഒബ്സർവർ അവാർഡ്, സ്കൂൾ കുട്ടികളിലെ നേത്രവൈകല്യങ്ങളെക്കുറിച്ചു തയാറാക്കിയ പ്രോജക്ടിന് കേന്ദ്ര ആരോഗ്യ മന്ത്രാലയത്തിന്റെ പുരസ്കാരം എന്നിവ ലഭിച്ചിട്ടുണ്ട്.

പ്രധാനകൃതികൾ: *പരിസ്ഥിതിക്കവിതയ്ക്ക് ഒരാമുഖം, പരിസ്ഥിതിബോധവും സംസ്കാരവും, ഭൂമിക്ക് ഒരവസരം നൽകൂ, ഡാർവിന്റെ ആത്മകഥ, ബയോടെക്നോളജിയുടെ ലോകം, ചാർലി ചാപ്ലിൻ, ജറാൾഡ് ഡ്യൂറലിന്റെ വനയാത്രകൾ, ഓർമകളിൽ ഡാർവിൻ* (പരിഭാഷ), *ശാസ്ത്രം ശാസ്ത്രജ്ഞർ* (പരിഭാഷ), *അവശ്യമരുന്നുകളുടെ രാഷ്ട്രീയം* (പരിഭാഷ)

വിലാസം : തങ്കയം, തൃക്കരിപ്പൂർ പി ഒ
കാസർകോട് ജില്ല
പിൻ – 671 310
ഫോൺ – 9495343836

ഉള്ളടക്കം

1

പാമ്പുകൾ പുരാണേതിഹാസങ്ങളിൽ

ഉച്ചതിരിഞ്ഞനേരം. ഗോപിക്കുട്ടൻ അകത്തിരുന്ന് ഹോംവർക്ക് ചെയ്യുമ്പോഴാണ് വെളിയിൽ ഇടവഴിയിൽ എന്തോ ബഹളം കേട്ടത്. ചെന്നു നോക്കിയപ്പോൾ കോരുണ്ണിയേട്ടൻ കൈയിലൊരു മുട്ടൻ വടിയുമായി നിൽക്കുന്നു. ഏതാനും കുട്ടികളും സ്ത്രീകളും ചുറ്റും കൂടിയിട്ടുണ്ട്.

"അയ്യോ പാമ്പ്... ദേ, പൊന്തയ്ക്കുള്ളിൽ ഒളിച്ചിരിപ്പുണ്ട്." ആരോ പറഞ്ഞു. പേടിച്ചരണ്ട ഒരു ചേര കാട്ടുചെടികൾക്കിടയിൽ ഇഴഞ്ഞു മറയുന്നതു കാണായി.

"പോയ്ക്കോട്ടെ കോരുണ്ണ്യേട്ടാ ചേരയാണ്. അതിന്റെ പാട്ടിനു വിട്ടേയ്ക്ക്, ഉപദ്രവിക്കണ്ട" ഗോപിക്കുട്ടൻ പറഞ്ഞു.

"ചേരയായാലും പാമ്പ് പാമ്പുതന്നെ" കോരുണ്ണ്യേട്ടൻ ഇഷ്ടപ്പെടാത്തമട്ടിൽ അങ്ങനെ പറഞ്ഞപ്പോൾ സ്ത്രീകളും അതിനോടു യോജിച്ചു.

"ഇനി വിഷമുള്ള ഇനംതന്നെ ആയാലും പാമ്പിനെ കൊല്ലേണ്ട കാര്യമൊന്നുമില്ല" ഗോപിയുടെ ശബ്ദം അൽപ്പമൊന്ന് ഉയർന്നു എന്നു തോന്നുന്നു. ഇവനാരെടാ ഒരഹിംസാവാദി എന്ന മട്ടിൽ എല്ലാവരും ഗോപിക്കുട്ടനെ നോക്കി. അതിനിടെ പാമ്പ് എവിടെയോ അപ്രത്യക്ഷമായി. സ്ത്രീകളും കുട്ടികളും അവരുടെ പാട്ടിനുപോയി. വടി വലിച്ചെറിഞ്ഞ് കോരുണ്ണ്യേട്ടനും അവരോടൊപ്പം ചേർന്നു.

ആയിടെ വായിച്ച ഒരു കവിതയിലെ ഈരടികളാണ് അപ്പോൾ ഗോപിയുടെ മനസിൽ തെളിഞ്ഞത്.

"കൊല്ലുവാൻ ജന്മാവകാശമുണ്ടേവർക്കും
കൊല്ലപ്പെടുന്നതു പാമ്പാണെങ്കിൽ
കൊന്നവൻ ധീരൻ, സമൂഹ സംരക്ഷകൻ
കൊല്ലാതെ വിട്ടവൻ പേടിത്തൊണ്ടൻ

സർപ്പക്കാവ്

ഏതൊരു നീർക്കോലിക്കുഞ്ഞിനെ കൊന്നാലും
ഖ്യാതി ഹന്താവിനെ തേടിയെത്തും."*

പാമ്പിനെ കണ്ടാൽ ഏതാണ്ട് ഈ കോരുണ്ണ്യേട്ടനെപ്പോലെതന്നെയല്ലെ നമ്മിൽ പലരും? ഒന്നുകിൽ വടിയെടുക്കും, അല്ലെങ്കിൽ പേടിച്ചോടും. പാമ്പെന്നു കേൾക്കുമ്പൊഴേ ഭയമാണ്; അഥവാ അറപ്പാണ്. ഈ മനോഭാവം എത്ര കൃത്യമായി ഈ വരികളിൽ പ്രതിഫലിച്ചിരിക്കുന്നു! എന്താ അങ്ങനെയല്ലെ?

നമ്മുടെ പൂർവികർ പാമ്പുകളെ ആരാധിച്ചിരുന്നു. അവയ്ക്ക് പാലും മുട്ടയും നിവേദിച്ചിരുന്നു. അവയ്ക്ക് പാർക്കാൻ സർപ്പക്കാവുകൾ ഒരുക്കിയിരുന്നു. അവയ്ക്കായി അമ്പലങ്ങൾ പണിതുയർത്തിയിരുന്നു. പാമ്പുകളെക്കുറിച്ച് എത്രയെത്ര കഥകളാണ് പുരാണങ്ങളിലും ഇതിഹാസങ്ങളിലും സ്ഥലം പിടിച്ചിരിക്കുന്നത്! ഇതിൽ ചിലത് പാമ്പുകളോട് ഭയം തോന്നാനും കാരണമായിട്ടുണ്ടാവും. ഇതിഹാസ പുരാണങ്ങളിൽ പാമ്പുകൾക്കായി ഒരു ലോകം തന്നെ നീക്കിവച്ചിരിക്കുന്നു. അവിടെ നാഗരാജാവും നാഗരാജ്ഞിയുമുണ്ട്. മനുഷ്യന്റെ എല്ലാ നന്മകളും എല്ലാ തിന്മകളും പാമ്പുകളിലും പ്രതിഫലിക്കുന്നതായി ചിത്രീകരിക്കപ്പെട്ടിരിക്കുന്നു.

* *പാമ്പ്*, യൂസഫലിക്കേച്ചേരി

ശ്രീപരമേശ്വരന്റെ ജട സർപ്പങ്ങളുടെ ഒരാവാസവ്യവസ്ഥതന്നെയാണ്. ആയിരം ഫണങ്ങളുള്ള അനന്തനാഗം പാതാളത്തിൽ കിടന്ന് ഫണങ്ങളിൽ ലോകങ്ങളെ താങ്ങിനിർത്തുന്നു. കാളിയ ഫണത്തിലേറി ഉണ്ണികൃഷ്ണൻ നൃത്തം ചെയ്തു. വാസുകിയും തക്ഷകനും കാർക്കോടകനും മിത്തുകളിലൂടെ ഇന്നും നമുക്കിടയിൽ ജീവിക്കുന്നു. *ബൈബിൾ* കഥയിലെ സർപ്പം ആദാമിനേയും ഹവ്വയേയും ചതിയിലൂടെ പറുദീസയിൽനിന്ന് പുറത്താക്കിയ സാത്താന്റെ വേഷപ്പകർച്ചയാണ്.

പ്രതീകാത്മകമായ അർഥതലങ്ങളുള്ള ഇത്തരം കഥകൾ അവയുടെ ശരിയായ അർഥം ഉൾക്കൊണ്ട് ആസ്വദിക്കാൻ കഴിയാതെ വരുമ്പോൾ അത് ഭൂമുഖത്തെ ഈ അപൂർവജീവികളെ വെറുക്കാനും കൊല്ലാനും കാരണമായിത്തീരുന്നു.

ഒരു പാമ്പിനെയെങ്കിലും സ്വപ്നംകാണാത്തവരായി ആരെങ്കിലും ഉണ്ടാവുമോ? കിനാവിലെ പാമ്പിന് മനഃശാസ്ത്രം എന്ന ശാസ്ത്രശാഖ അതിന്റേതായ വ്യാഖ്യാനങ്ങൾ നൽകിയിട്ടുണ്ട്. ഒരു പാമ്പിനെ നേരിട്ട് കണ്ടിട്ടില്ലാത്തവരെ പോലും ഉറക്കത്തിലും ജാഗരാവസ്ഥയിലും പാമ്പുകൾ നിരന്തരം വേട്ടയാടാറുണ്ട്. ആലോചിച്ചുനോക്കൂ, ഇത്തരം ഒരു പദവി മനുഷ്യജീവിതവുമായി ബന്ധപ്പെട്ട് മറ്റേതെങ്കിലും ജീവിക്കു കിട്ടിയിട്ടുണ്ടോ?

പാമ്പുകളെക്കുറിച്ചു പറയാൻ തുടങ്ങിയാൽ തുടർച്ചയായി പറഞ്ഞുകൊണ്ടിരിക്കുമെന്ന് പഴമക്കാർ പറയാറുണ്ട്. അനന്തനാഗമെന്ന ആദിശേഷനിൽ നിന്നല്ലെ നാം കഥ തുടങ്ങിയത്, തുടരാം. രാമായണ കഥയനുസരിച്ച് ബ്രഹ്മാവിൽനിന്ന് ഉത്ഭവിച്ച പ്രജാപതികളിൽ പ്രമുഖനത്രെ അനന്തൻ. മഹാഭാരത കഥയിൽ കശ്യപ്രജാപതിക്ക് വിനതയെന്നും കദ്രുവെന്നും രണ്ടുഭാര്യമാർ. വിനതയുടെ പുത്രൻ ഗരുഡൻ. അനന്തൻ, വാസുകി, തക്ഷകൻ, കാളിയൻ എന്നിവരും മറ്റനേകം സർപ്പങ്ങളും കദ്രുവിന്റെ സന്തതികൾ. ഒരിക്കൽ വിനതയും കദ്രുവും തമ്മിൽ ഒരു പന്തയം വച്ചു. ഐരാവതം എന്ന വെള്ളാനയുടെ വെളുവെളുത്ത വാൽരോമങ്ങൾക്കിടയിൽ കറുത്തരോമങ്ങൾ ഉണ്ടെന്നു കദ്രു വാദിച്ചു. വിനത വിയോജിച്ചു. തോൽക്കുന്നവൾ ജയിക്കുന്നവളുടെ ദാസിയായിക്കഴിഞ്ഞുകൊള്ളണം എന്നതായിരുന്നു വ്യവസ്ഥ.

മഹാസൂത്രക്കാരിയാണ് കദ്രു. ഏതു വിധേനയും പന്തയത്തിൽ ജയിച്ചേ പറ്റൂ. ഐരാവതത്തിന്റെ വാലിൽ പോയിട്ട് ശരീരത്തിൽ എവിടെയും കറുത്ത രോമം ഇല്ലെന്ന് അവൾക്കറിയാം. ഒരു വാശിക്കു പറഞ്ഞുപോയതാണ്. പക്ഷേ അവൾക്ക് ഉറപ്പുണ്ട്, പ്രതാപികളായ മക്കൾ വിചാരിച്ചാൽ വെളുപ്പിനെ കറുപ്പാക്കാൻ കഴിയും. അനന്തനേയും വാസുകിയേയും തക്ഷകനേയുമെല്ലാം വിളിച്ച് ഐരാവതത്തിന്റെ വാലിൽ കറുകറുത്ത രോമങ്ങളായി തൂങ്ങിക്കിടക്കാൻ കൽപ്പിച്ചു. മക്കൾ പക്ഷേ, കൂട്ടാക്കിയില്ല. കദ്രു അവരെ ശപിച്ചു. ജനമേജയൻ എന്ന രാജാവ് നടത്തുന്ന സർപ്പയജ്ഞത്താൽ ആകർഷിക്കപ്പെട്ട് എല്ലാവരും യാഗാഗ്നിയിൽ വീണ്

വെന്തു മരിക്കട്ടെ എന്നതായിരുന്നു ശാപം. മരണം പേടിച്ച് മക്കളെല്ലാം നാടുവിട്ടു. പല സ്ഥലങ്ങളിലും അലഞ്ഞുനടന്നു. അതിനിടയിൽ ബ്രഹ്മാവ് ഇടപെട്ട് അനന്തനെ ലോകങ്ങളെ ഫണങ്ങളിൽ താങ്ങി നിർത്താനായി പാതാളത്തിലേക്കയച്ചു. വാസുകിയെ ആ നാഗലോകത്തിന്റെ അധിപതിയാക്കി. എല്ലാ പാമ്പുകളും അവിടെ നിർഭയം കഴിയാൻ തുടങ്ങി. പാലാഴി മഥനത്തിൽ വാസുകി കടക്കോൽ തിരിക്കാനുള്ള കയറായി സേവനമനുഷ്ഠിച്ചു.

മഹാഭാരതം ആദിപർവത്തിൽ തന്നെയാണ് തക്ഷകന്റെ കഥയും ഉള്ളത്. പരീക്ഷിത്ത് എന്ന രാജാവ് ഒരു മഹാമുനിയുടെ ശാപത്തിന് പാത്രമായി. തക്ഷകദംശനമേറ്റ് മരിക്കാനായിരുന്നു വിധി. വിധി നടപ്പിലാകാതിരിക്കാൻ രാജാവ് കടലിനു നടുവിൽ മാളിക പണിത് താമസമാക്കി. പാമ്പ് കടന്നുവരാനുള്ള എല്ലാ പഴുതുകളും അടച്ച് ആത്മവിശ്വാസത്തോടെ അതിനകത്തു വസിച്ചു. എന്നാൽ രാജാവിന് ആഹരിക്കാൻ സജ്ജമാക്കിയ പഴങ്ങളിലൊന്നിൽ തക്ഷകൻ പുഴുവായി കടന്നുകൂടി തക്കസമയത്തു തന്നെ വിധി നടപ്പിലാക്കി. അഗ്നി ഖാണ്ഡവ വനം ദഹിപ്പിച്ചപ്പോൾ ഇന്ദ്രൻ തക്ഷകനെ രക്ഷപ്പെടുത്തി എന്നാണ് കഥ.

നോക്കൂ, ഈ കഥകൾ. രക്ഷിച്ചും ശിക്ഷിച്ചും മനുഷ്യന്റെ ദൈനംദിന ജീവിതത്തിൽ ഇടപെട്ടിരുന്ന എത്രയെത്ര സർപ്പങ്ങൾ! മനീഷികൾ അവയ്ക്ക് ഒരേസമയം മാനുഷികഭാവങ്ങളും ദൈവിക ഭാവങ്ങളും കൽപ്പിച്ചു നൽകി.

പിതാവിനെ കൊന്ന തക്ഷകനോടു പ്രതികാരം വീട്ടാൻ പുത്രൻ ജനമേജയൻ സർപ്പയജ്ഞം നടത്തി. അതുവഴി പാമ്പായ പാമ്പുകളെയെല്ലാം അഗ്നിയിലേക്ക് ആവാഹിച്ച് ചുട്ടുകരിച്ചു. സർപ്പയജ്ഞം നിർത്താൻ അവസാനം ഒരു ബാലമുനി ഇടപെടേണ്ടിവന്നു എന്നാണ് കഥ.

ജനമേജയന്റെ ആ പ്രതികാരം ഈ ആധുനിക ലോകത്തും മനുഷ്യൻ നിർബാധം തുടരുന്നു. പാമ്പുകളെ ആജന്മശത്രുക്കളായി മുദ്രകുത്തുന്നു. അതിനു പുതിയപുതിയ കാരണങ്ങൾ കണ്ടെത്തുന്നു. മറ്റുചിലരാകട്ടെ, പാമ്പിന്റെ ശരീരത്തിൽ ദീർഘായുസും നിത്യയൗവനവും കാത്തുസൂക്ഷിക്കുന്ന ദിവ്യൗഷധങ്ങൾ ഉണ്ടെന്ന നുണകൾ പ്രചരിപ്പിക്കുന്നു. ഇത്തരം നുണക്കഥകൾ വിശ്വസിച്ച് പണം വാരിയെറിയുന്നവർ നമ്മുടെ നാട്ടിൽ എത്രവേണമെങ്കിലുമുണ്ട്.

മനുഷ്യൻ പാമ്പുകളെ ഇന്നത്തേതിലും കൂടുതൽ ഭയപ്പെടുകയും ആരാധിക്കുകയും ചെയ്തിരുന്ന ഒരു കാലമുണ്ടായിരുന്നു എന്നുമാത്രമാണ് പുരാണകഥകൾ സൂചിപ്പിക്കുന്നത്. വേട്ടക്കാരും കൃഷിക്കാരും കന്നുകാലി വളർത്തുകാരും ആയിരുന്നില്ലേ നമ്മുടെ പൂർവികന്മാർ? സ്വാഭാവികമായും നിത്യജീവിതത്തിൽ പാമ്പുകളുമായി ഇടപെടേണ്ടിവരും. ഇടയ്ക്ക് കടിയേൽക്കും. ചിലപ്പോൾ മരണം സംഭവിക്കും. പാമ്പുകളുടെ വലിപ്പവും ആകാരവും ചീറ്റലുമെല്ലാം ഭയം ജനിപ്പിച്ചിരിക്കും. പാമ്പുകൾ

ഒരേസമയം ആരാധനാമൂർത്തികളും ശത്രുക്കളും ആയിമാറിയത് അങ്ങനെയൊക്കെയാവാം. ആരാധനാമൂർത്തികൾക്ക് ദേവപരിവേഷം നൽകുക സ്വാഭാവികമല്ലേ? അങ്ങനെ ദൈവപ്പാമ്പുകളും അസുരപ്പാമ്പുകളും ഉണ്ടായി. പൊടിപ്പും തൊങ്ങലും വച്ച കഥകൾ രണ്ടു കൂട്ടരേക്കുറിച്ചും പ്രചരിപ്പിച്ചു. മനുഷ്യഭാവനയ്ക്ക് ചിറകുമുളച്ചു. അന്ധവിശ്വാസകഥകൾക്ക് യഥാർഥ കഥകളായി അംഗീകാരം ലഭിച്ചു. പാമ്പുകഥകൾ പലതും ഇങ്ങനെയൊക്കെയാവാം ഉണ്ടായത്.

സർപ്പാരാധനയ്ക്ക് ഇന്നും കുറവൊന്നുമില്ല. അഭീഷ്ടസിദ്ധിക്ക് പാമ്പിന് മുട്ടയും പാലും നിവേദിക്കുന്നവർ നാട്ടിന്റെ എല്ലാഭാഗങ്ങളിലുമുണ്ട്. പാമ്പുകൾക്കായി ഇവർ അമ്പലം പണിതു. സർപ്പക്കാവുകൾ സംരക്ഷിച്ചു. ചിലതരം നാഗങ്ങൾ അരികിലൂടെയെങ്ങാൻ ഇഴഞ്ഞുപോയാൽ മതി, കുഷ്ഠരോഗമായിരിക്കും ഫലം! പാമ്പിനു ദോഷം വരുത്തിയാൽ തൊലി പാമ്പിൻ ചിതമ്പലുകൾപോലെയാകുമെന്ന് ഇവർ പ്രചരിപ്പിച്ചു. ചിലർക്ക് കുട്ടികൾ ഉണ്ടാവാത്തതിന്റെ കുറ്റവും പാവം പാമ്പിന്റെ തലയിൽ കെട്ടിവച്ചു. പാമ്പിനു പാലുകൊടുത്തും മുട്ടകൊടുത്തും ദോഷങ്ങൾ അകറ്റാൻ കഴിയുമെന്ന് വിശ്വസിക്കുന്നവർ ഈ കമ്പ്യൂട്ടർ യുഗത്തിലും ജീവിക്കുന്നു. നോക്കണേ, അന്ധവിശ്വാസങ്ങളുടെ പോക്ക്.

എന്നാൽ, പാമ്പുകളെ ഉപദ്രവിക്കുന്നതിന് വിശ്വാസവും ഭക്തിയുമൊന്നും തടസമാകാറില്ല. പാമ്പാണെന്നു കേൾക്കേണ്ട താമസം, വടിയെടുക്കും. തല്ലിക്കൊന്നാലും അരിശം തീരാതെ കാടും പടർപ്പുമെല്ലാം വെട്ടിനശിപ്പിക്കും. ഭക്തിയുടെ പേരിലുള്ള ഇളവ് ചില പ്രത്യേക 'ജാതികൾക്ക് മാത്രമേ കിട്ടാറുള്ളൂ, കേട്ടൊ. പാടത്തും വനങ്ങളിലും കണ്ടുമുട്ടുന്നവ പാമ്പുകുലത്തിലെ ദളിതന്മാരാണ്. അവയെ ഉന്മൂലനം ചെയ്താലേ മനുഷ്യകുലം രക്ഷപ്പെടുകയുള്ളൂ എന്നാണ് ചിലരുടെ വിശ്വാസം. ചാതുർവർണ്യം ഇവർ പാമ്പുകളിലും ആരോപിച്ചു.

പാമ്പുവിഷം, പാമ്പിന് മനുഷ്യരുമായി, പ്രത്യേകിച്ചും സ്ത്രീജനങ്ങളുമായി ഉള്ള ബന്ധം, ശത്രുവിനെ പിന്തുടർന്ന് പകവീട്ടാനുള്ള അതിന്റെ കഴിവ് എന്നിവയെക്കുറിച്ചെല്ലാം നട്ടാൽ മുളയ്ക്കാത്ത എത്രയെത്ര കഥകൾ! *ഐതിഹ്യമാല* എന്ന ഗ്രന്ഥത്തിൽ ഇത്തരം നിരവധി കഥകൾ വായിക്കാം. നിഗൂഢതകളാൽ ചൂഴ്ന്നുനിൽക്കുന്നതെല്ലാം അത്ഭുതങ്ങളായി പ്രചാരം നേടിയെടുക്കുന്നു. *ഐതിഹ്യമാല*യിൽ നിന്ന് ഇത്തരം ഒരു കഥ കേൾക്കൂ.

പണ്ടത്തെ കൊച്ചി രാജ്യത്തെ തൃശൂരിനടുത്ത് മുകുന്ദപുരം താലൂക്കിൽ ഇരിങ്ങാലക്കുട തീവണ്ടിയാപ്പീസിൽനിന്ന് ഏതാണ്ട് എട്ടുനാഴിക കിഴക്കു ദിക്കായി പാവപ്പെട്ട ഒരു നമ്പൂതിരിയുടെ ഇല്ലമുണ്ടായിരുന്നു. ദാരിദ്ര്യദുഃഖമകറ്റാൻ ഈ ബ്രാഹ്മണൻ ഒരു വ്യാഴവട്ടക്കാലം ക്ഷേത്രനടയിൽ ഭജനമിരുന്നു. പ്രാർഥനകളുടെ അവസാനം സർപ്പരാജനായ വാസുകി പ്രത്യക്ഷപ്പെട്ട് അനുഗ്രഹം ചൊരിഞ്ഞു. തന്റെ ഭക്തന് സംരക്ഷണവും സൗഭാഗ്യവുമേകാൻ പ്രജകളായ അനേകം സർപ്പങ്ങളെ

ഇയാൾക്ക് വിട്ടുകൊടുത്തു. വീട്ടുപരിസരങ്ങളിൽ അവ സദാ ഇഴഞ്ഞുനടന്നു. രോഗങ്ങൾ മാറി. ദാരിദ്ര്യദുഃഖം അകന്നു. അചിരേണ ഈ സർപ്പദൈവഭൃത്യന്മാരുടെ അനുഗ്രഹം നേടുന്നവർക്കെല്ലാം നേട്ടങ്ങളുണ്ടാവാൻ തുടങ്ങി. പാമ്പുകളുടെ അനുഗ്രഹം ഏതു മാറാരോഗത്തിനും പ്രതിവിധിയായി. പാമ്പുകൾ മനുഷ്യർക്ക് കാവലിരിക്കുന്ന ഈ ഇല്ലം ക്രമേണ പാമ്പുമ്മേക്കാട്ട് എന്ന പേരിൽ പ്രസിദ്ധമായി.

ഈ ഐതിഹ്യത്തിന്റെ വരികൾക്കിടയിലൂടെ വായിച്ചു നോക്കൂ. പാമ്പുമ്മേക്കാട്ട് ഇല്ലപ്പറമ്പിൽ പാമ്പുകൾ ആരേയും ഉപദ്രവിക്കാറില്ല. ശരിയാണ്, ശരിയായ സഹവർത്തിത്വം ഏത് ഇഴജീവിയേയും നമ്മുടെ ചങ്ങാതിയാക്കി മാറ്റും. മൂർഖനോടൊപ്പം സഹവസിക്കുന്ന എത്രയോ ആദിവാസിഗ്രാമങ്ങൾ ഇന്നും ലോകത്തിന്റെ പല ഭാഗങ്ങളിലും ഉണ്ട്. ജീവിക്കൂ, ജീവിക്കാൻ അനുവദിക്കൂ – ഏറെ വിലപ്പെട്ട ഈ പാഠം ഈ കഥയിൽനിന്നു വായിച്ചെടുക്കാം. ബാക്കിയെല്ലാം കടുത്ത അന്ധവിശ്വാസങ്ങളാണ്.

ഒരുകാര്യം മനസിലാക്കൂ. നമുക്ക് ചുറ്റുമുള്ള അനേകമനേകം ജീവികളിൽ ഒന്നുമാത്രമാണ് പാമ്പ്. വൈവിധ്യമാർന്ന ജൈവലോകത്തിലെ ഒരെളിയ അംഗം. പട്ടിയേയും പൂച്ചയേയും പൂമ്പാറ്റയേയും ഇഷ്ടപ്പെടാമെങ്കിൽ എന്തുകൊണ്ട് പാമ്പിനേയും ഇഷ്ടപ്പെട്ടുകൂടാ?

ഏറെ ശ്രദ്ധിച്ചു പഠിക്കേണ്ട ഒന്നാണ് പാമ്പുകളുടെ ജീവിതരീതി. നാവു നീട്ടി പരിസരം മണത്ത് ചുറുചുറുക്കോടെ ഇഴഞ്ഞുപോകുന്ന ഒരു പാമ്പിനെ നോക്കിനിൽക്കുന്നതു തന്നെ സവിശേഷമായ ഒരനുഭവമല്ലേ? വല്ലപ്പോഴും മാത്രം കാണാൻ കിട്ടുന്ന ഈ ജീവിയെ ശ്രദ്ധയോടെ നിരീക്ഷിച്ചു പഠിക്കുന്നതിനു പകരം പേടിച്ചോടുന്നതു നാണക്കേടല്ലേ?

ആട്ടെ, പാമ്പുപേടി മാറ്റാൻ എന്താണ് ഒരു പോംവഴി? പാമ്പുകളുടെ ഉറ്റതോഴനായ ഒരമ്മാവന്റെ അനുഭവം കേൾക്കൂ;

റോമുലസ് വിറ്റേക്കർ

റോമുലസ് എന്നാണ് ഈ അമ്മാവന്റെ പേര്.–റോമുലസ് വിറ്റേക്കർ – എന്താ കേട്ടിട്ടുണ്ടോ? സായ്പാണ് കേട്ടൊ. പണ്ടുപണ്ടേ നമ്മുടെ നാട്ടിൽ സ്ഥിരതാമസമാക്കി ജീവികളെ സ്നേഹിച്ചും പരിചരിച്ചും സംരക്ഷിച്ചും ഒരുപാടു പുതിയ കാര്യങ്ങൾ ഈയമ്മാവൻ കണ്ടെത്തുകയുണ്ടായി. പാമ്പുകളെക്കുറിച്ചുള്ള പഠനത്തിൽ പ്രത്യേകമായ മികവുനേടി പ്രസിദ്ധനാവുകയും ചെയ്തു. ചെന്നൈയിലെ ലോകപ്രസിദ്ധമായ

സർപ്പോദ്യാനത്തിന്റെ (snake park) നടത്തിപ്പുകാരൻ എന്ന നിലയിലും കീർത്തിമാനായി.

റോമുലസ് അമ്മാവന്റെ ഈ വാക്കുകൾ ശ്രദ്ധിച്ചു കേൾക്കൂ: "കുട്ടികളേ, ഒരുകാര്യം ഞാൻ നിങ്ങളോടു പറയാം. വളരെ ചെറിയ കുട്ടികളായിരിക്കുമ്പോൾ തന്നെ നിങ്ങൾ ചെറുജീവികളുമായി ഇടപഴകണം. അവയെ കൈകാര്യം ചെയ്യണം. രാത്രി വിളക്കിനുചുറ്റും എത്രയെത്ര ചെറുജീവികൾ പാറിനടക്കുന്നുണ്ട്. ഇഴയുന്നതും പറക്കുന്നതും നാലുകാലിൽ ഓടുന്നതും ആറുകാലിൽ ചാടുന്നതും എല്ലാം ഉണ്ടാവും. ഇവയെ സൂക്ഷി ച്ചുനോക്കൂ. ഇവയുടെ ചലനങ്ങൾ ശ്രദ്ധിക്കൂ. വലുതായാൽ, പിന്നെ ഒരു ജീവിയോടും പേടിയോ അറപ്പോ തോന്നില്ല. സ്വന്തം അനുഭവമാണ് ഞാൻ നിങ്ങളോടു പറയുന്നത്.. ഈ രീതിയിലൊക്കെയാണ് ഞാൻ പാമ്പുകളടക്കമുള്ള എല്ലാ ജീവികളേയും ഇഷ്ടപ്പെടാൻ പഠിച്ചത്."

ഇംഗ്ലീഷു പാഠപുസ്തകത്തിലെ ഒരു കവിയുടെ വരികൾ* ഗോപിക്കുട്ടന്റെ മനസിലൂടെ കടന്നുപോയി. ചുട്ടുപൊള്ളുന്ന വേനൽദിനങ്ങളിലൊന്നിൽ ദാഹജലത്തിനായി കവി പാത്രവുമായി പൈപ്പിനടുത്തേക്കു നടന്നു ചെല്ലുന്നു. ഇറ്റിവീഴുന്ന വെള്ളം കുടിച്ച് ദാഹം തീർക്കുന്ന ഒരു സ്വർണ വർണനാഗം. കവിയുടെ കാലുകൾ നിശ്ചലമായി. അതു വിഷപ്പാമ്പാണ്. വേഗം വടിയെടുക്ക്. അതിനെ തച്ചുകൊല്ല്. അല്ലാത്തപക്ഷം നീ ഒരു വെറും ഭീരുവാണെന്ന് ആളുകൾ പരിഹസിക്കും. അതിനുള്ള വിദ്യാഭ്യാസം നിനക്കുണ്ട്. അരുത്, മനസിലെ കാട്ടാളൻ ഇടപെട്ടു. അതും ജീവി. നീയും ജീവി. അത് ആദ്യം വന്നു, ആദ്യം വെള്ളം കുടിച്ചുപോട്ടെ. അതുവരെ നീ കാത്തു നിൽക്ക്. അതാണ് അതിന്റെ മര്യാദ. കവി കാത്തുനിന്നു. പാമ്പ് ദാഹം തീർത്ത് ഇഴഞ്ഞു നീങ്ങി. പക്ഷേ, കവി സംസ്കാരസമ്പന്നനാണ്. അതുകൊണ്ട് ഒരു ചെറുകമ്പെങ്കിലും എടുത്ത് പാമ്പിനെ എറിയാതിരിക്കുന്നതെങ്ങനെ? എറിഞ്ഞു. എറിഞ്ഞ ഉടൻ കുറ്റബോധം ഉണ്ടാവുകയും ചെയ്തു. ആൽബട്രോസ് പക്ഷിയെ കൊന്ന പുരാതന നാവികന്റെ കഥ** ഓർമ വന്നു.

---

* D H ലോറൻസ് എഴുതിയ *SNAKE* എന്ന കവിത

** കൊളറിഡ്ജ് മഹാകവിയുടെ *The Rhyme of The Ancient Mariner* എന്ന കവിതയുടെ സ്വാധീനം. ആൽബട്രോസ് പക്ഷിയെ കൊന്ന നാവികനെ പ്രകൃതി ശിക്ഷിക്കുന്നു. അയാൾ കുറ്റം തിരിച്ചറിയുന്നു.

2

ശൽക്കങ്ങളുടെ കുപ്പായം

പാമ്പു ലോകത്തിലെ യഥാർഥ വിസ്മയങ്ങൾ കേട്ടാൽ അമ്പട പാമ്പേ എന്ന് ആരും പറഞ്ഞുപോകും.

ദിനോസോറുകൾ എന്ന ഉരഗഭീമന്മാർ ഭൂമിയെ അടക്കിവാണ ഒരു കാലമുണ്ടായിരുന്നു എന്നറിയാമല്ലോ. കരയിലും വെള്ളത്തിലും ചതുപ്പുകളിലുമെല്ലാം ഇത്തരം പലജാതി ഉരഗങ്ങൾ പുളച്ചുനടന്നിരുന്ന കാലം. ഏതാണ്ട് ആറരക്കോടി വർഷം മുമ്പ് സസ്തനികൾ ആവിർഭവിച്ച കാലം വരെ ഇവയുടെ ആധിപത്യം നിലനിന്നു. അങ്ങനെയിരിക്കെ ഇന്നും ദുരൂഹമായ ഏതോ കാരണങ്ങളാൽ ദിനോസോറുകൾ അപ്രത്യക്ഷമാവാൻ തുടങ്ങി. അചിരേണ അവയ്ക്ക് പൂർണവംശനാശം സംഭവിച്ചു.

ദിനോസോറുകളുടെ അനന്തരാവകാശികളായി ഓന്തുകളും പല്ലികളും ആമകളും പാമ്പുകളും ഇന്നും ജീവിക്കുന്നു. ഉരസുകൊണ്ട് സഞ്ചരിക്കുന്നവയാണ് ഉരഗങ്ങൾ. ആമയ്ക്കും മുതലയ്ക്കും പല്ലിയ്ക്കും കൈകാലുകൾ ഉണ്ടെന്നേയുള്ളൂ. ഉടലിനെ താങ്ങി നിർത്താനുള്ള ശക്തിയൊന്നും ഇവയ്ക്കില്ല. ഫലത്തിൽ ഇവയും പാമ്പുകളെപ്പോലെ ഉരസുതറയിലുന്നിത്തന്നെയാണ് സഞ്ചരിക്കുന്നത്. പാമ്പുകളാകുമ്പോൾ കൈകാലുകൾ തീരെ ഇല്ലെന്ന പ്രത്യേകതയുണ്ട്. ഉരഗവർഗത്തിലെ ഇളംകൂമ്പുകളാണിവ. കൈകാൽ വളർച്ചയുടെ പൂർവഘട്ടത്തെ പ്രതിനിധീകരിക്കുന്ന ജീവികളാണിവ.

ഉരഗവിഭാഗത്തെ ശാസ്ത്രീയമായി വർഗീകരിച്ചിരിക്കുന്നത് ഇതാ ഇങ്ങനെയാണ്: അഞ്ച് ഓഡറുകളിലായി ഭൂമുഖത്തെ ഉരഗജാതികളെയെല്ലാം ഉൾപ്പെടുത്തിയിരിക്കുന്നു.

1. ഓഡർ: ക്രോക്കഡൈലിയ (മുതല, ചീങ്കണ്ണി)
2. ഓഡർ: ചെലൊഡിയ (ആമ)

3. ഓഡർ: ലാസർ ടാലിയ (ഓന്ത്, പല്ലി)
4. ഓഡർ; ഒഫിഡിയ (പാമ്പ്)
5. ഓഡർ: റിൻകൊസെഫാലിയ (ടുവാടാറ). പ്രാചീന ഓന്തുകളുടെ ജീവിക്കുന്ന ഈ ഒരേയൊരു പ്രതിനിധി ന്യൂസിലാന്റിലെ ചില ചെറുദ്വീപുകളിൽ മാത്രമേ ഇപ്പോൾ ജീവിക്കുന്നുള്ളൂ.

ജീവ പരിണാമത്തിന്റെ ഒരു ഘട്ടത്തിൽ ഏതാണ്ട് 8 കോടി വർഷം മുമ്പ് പല്ലികൾക്ക് കാലു നഷ്ടപ്പെട്ട് അവ പാമ്പുകളുടെ ശരീരാകൃതി കൈവരിക്കുകയായിരുന്നു.

ലോകത്താകെ എത്രതരം പാമ്പുകൾ ഉണ്ട്? കൃത്യമായ കണക്കൊന്നുമില്ല. അങ്ങനെ കൃത്യമായ കണക്കുണ്ടാക്കാൻ പ്രയാസമാണെന്നും കൂട്ടിക്കോളൂ. എന്നാലും ഒരു കണക്കു പറയാം. എല്ലാംകൂടി ഏതാണ്ട് 3000 പാമ്പുവർഗങ്ങൾ ഭൂമുഖത്തുണ്ട്. പതിനഞ്ചു കുടുംബങ്ങളിലായി അവയെ തരംതിരിച്ചിരിക്കുന്നു. ഇനി ഒരത്ഭുതവർത്തമാനം കേട്ടോളൂ. ഈ പതിനഞ്ചു പാമ്പു കുടുംബങ്ങളിൽ പന്ത്രണ്ടും വിഷമില്ലാത്ത ഇനങ്ങളുടേതാണ്!

അപ്പോൾ ഈ പാമ്പുകളെല്ലാം നമ്മുടെ നാട്ടിലും ഉണ്ടോ? ഇല്ല. ആകെ 216 പാമ്പ് സ്പീഷിസുകൾ മാത്രമേ ഇന്ത്യയിലുള്ളൂ. ഇതിൽ അൽപ്പമെങ്കിലും വിഷമുള്ളത് പരമാവധി വെറും അമ്പത്തിരണ്ട് ജാതികൾക്കുമാത്രം! മനുഷ്യനെ കൊല്ലാൻ തക്ക വിഷമുള്ളത് മൂന്നോ നാലോ ഇനങ്ങൾക്കുമാത്രമാണെന്നും സംശയം കൂടാതെ പറയാം. ഇവതന്നെ കടിക്കുന്നത് ആത്മരക്ഷയ്ക്കായി അപൂർവം ചിലപ്പോൾ. സത്യം ഇതായിരിക്കെ നാം പാമ്പുകളെ കൊടും ഭീകരരായി ചിത്രീകരിക്കുന്നു. നോക്കണേ വിവരക്കേടിന്റെ വണ്ണം!

പാമ്പുകളെ ശരിയായി മനസിലാക്കാൻ ഏറ്റവും നല്ല മാർഗം അവയെക്കുറിച്ചുള്ള കാര്യങ്ങൾ കൃത്യമായി അന്വേഷിച്ച് അറിയുകയാണ്. പ്രകൃതിയിൽ അവയുടെ ശരിയായ ഇടം എന്താണെന്നതിനെക്കുറിച്ച് കൃത്യമായ ബോധം ഓരോരുത്തർക്കും ആവശ്യമാണ്. വികലധാരണകൾ ഈ സാധുജീവികളുടെ വംശനാശത്തിനുതന്നെ കാരണമാവാം.

പാമ്പുകൾ വളരെയേറെ ഉണ്ടായിരുന്ന ഒരു പ്രദേശമാണ് നമ്മുടെ നാട്. ഇന്ത്യയിൽ മാത്രമല്ല, ഉഷ്ണ–മിതോഷ്ണ മേഖലകളിലെല്ലാം അവ സുലഭമായിരുന്നു. കാടും പടർപ്പും നൽകുന്ന സുഖവും സുരക്ഷിതത്വവും പാമ്പുകൾക്ക് വളരാനും പെരുകാനും ആവശ്യമായ സാഹചര്യമൊരുക്കി.

പാമ്പുകൾ തീരെയില്ലാത്ത പ്രദേശങ്ങളും ഭൂമിയിലുണ്ടെന്നു കേട്ടാൽ അത്ഭുതം തോന്നാം. ഉത്തര ദക്ഷിണധ്രുവമേഖലകളിലെ കൊടും തണുപ്പിൽ പാമ്പുകൾക്കു ജീവിക്കാനാവില്ല. അയർലന്റിലും ഐസ്‌ലാന്റിലും ന്യൂസ്‌ലന്റിലും പാമ്പുകളേ ഇല്ലത്രെ. മഡഗാസ്കറിൽ വിഷമില്ലാത്ത ജാതികളേ ഉള്ളൂ. ആസ്ട്രേലിയാ വൻകരയിലെവിടെയും അണലിയെ ഇതുവരെ കാണാൻകഴിഞ്ഞിട്ടില്ലെന്നു കേൾക്കുന്നു. നേരെമറിച്ച് യൂറോപ്പിലെ വിഷപ്പാമ്പുകളെല്ലാം അണലിവർഗക്കാരത്രെ. 'മഷിയിട്ടു' നോക്കി

യാലും, ഒരു മൂർഖനെ അവിടെയൊന്നും കാണാൻ കിട്ടില്ല. മൂർഖനെ അടുത്തു കാണണോ, ആഫ്രിക്കയിലേക്കോ അമേരിക്കയിലേക്കോ ഇന്ത്യയിലേക്കോ മറ്റ് ഏഷ്യൻ രാജ്യങ്ങളിലേക്കോ പോകേണ്ടിവരും. അണലി വർഗവും മൂർഖവർഗവും ഈ രാജ്യങ്ങളിൽ ഇടകലർന്നു ജീവിക്കുന്നു. കേരളത്തിന്റെ കാര്യം പറഞ്ഞാൽ, വടക്കൻ ഭാഗങ്ങളിൽ അണലികൾക്കാണ് ആധിപത്യം. തെക്കോട്ടു നീങ്ങൂ! മൂർഖനെ കൂടുതലായി കാണാൻ കഴിഞ്ഞെന്നു വരും.

കരയിലും വെള്ളത്തിലും, എന്നുവേണ്ട ഭൂമിക്കടിയിൽപ്പോലും പാമ്പുകൾ താമസിക്കുന്നു. 3000 ൽപ്പരം അടി ഉയരത്തിൽ ഹിമാലയ ശൃംഗങ്ങളിലും അവയെ കാണാൻ കഴിഞ്ഞിട്ടുണ്ട്. വലിപ്പത്തിന്റെ കാര്യമെടുത്താലോ? കുരുടിപ്പാമ്പുകൾക്ക് (വിരപ്പാമ്പുകൾ) ഒരു വലിയ മണ്ണിരയുടെ വലിപ്പം മാത്രമേയുള്ളൂ. കഷ്ടിച്ച് 13 സെ മീ. ഭാരം കഷ്ടിച്ച് രണ്ടു ഗ്രാം. ഏതു പാമ്പാണ് വലിപ്പത്തിൽ വമ്പൻ? സംശയമില്ല അമേരിക്കക്കാരുടെ അനക്കൊണ്ട തന്നെ. പത്ത് പതിനൊന്നു മീറ്ററോളം നീളവും ഏതാണ്ട് 250 കിലോ തൂക്കവും വരുന്ന ഈ പാമ്പുഭീമൻ ആ നാട്ടുകാരുടെ പെരുമ്പാമ്പാണ്. ഇന്ത്യൻ പെരുമ്പാമ്പുകൾ അത്യപൂർവമായേ അത്രയും വലിപ്പം വയ്ക്കാറുള്ളൂ. അനക്കൊണ്ടയായാലും പെരുമ്പാമ്പായാലും വിഷമില്ലാത്ത ജാതികളാണ് കേട്ടോ. വലിപ്പം കാട്ടിയും ശക്തി തെളിയിച്ചും വിരട്ടുമെന്നേയുള്ളൂ. കടിയേൽപ്പിച്ചു എന്നുവരാം. എന്നാൽ വിഷം കയറുമെന്ന് അശേഷം പേടിക്കേണ്ടതില്ല.

അനക്കൊണ്ട

പെരുമ്പാമ്പ്

അനക്കൊണ്ടയെ അതിശയോക്തിപരമായി അവതരിപ്പിക്കുന്ന സിനിമകളുണ്ട്. സിനിമകളിൽ കാണുന്നതുപോലൊരു വില്ലനൊന്നുമല്ല ഇവൻ. ശരിയാണ്, ജലക്രീഡകൾ ഇഷ്ടമാണ്. വെള്ളത്തിൽ ഒളിച്ചിരുന്ന് ഇരപിടിക്കാൻ വിരുതനാണ്. എന്നാൽ സിനിമകളിൽ കാണുന്നതുപോലെ മനുഷ്യനോട് ഏറ്റുമുട്ടാനൊന്നും വരില്ല. മനുഷ്യ ന്റെ നിഴൽ ക ണ്ടാൽ മറ്റേതൊരു ജീവിയേയും പേ ാലെ ഓടിക്കളയും. എന്നാൽ നിറം പിടിപ്പിച്ച നുണകൾകൊണ്ട് അലങ്കരിച്ചാലേ സിനിമ കാ ണാൻ ആളുണ്ടാവൂ. അനക്കൊണ്ട സിനിമകളെ ആ രീതിയിൽ കണ്ടാൽ മതി.

നമ്മുടെ നാട്ടിലും ഏറ്റവും വലിയ പാമ്പ് പൈത്തൺ എന്ന പേരുള്ള പെരുമ്പാമ്പ് തന്നെയാണ്. വണ്ണത്തിൽ ഒന്നാം സ്ഥാനം മലേഷ്യൻ കാടുകളിലെ ബ്ലഡ് പൈത്തണിനാണ്.

വിഷപ്പാമ്പുകളിൽ ഒന്നാം സ്ഥാനം ആർക്കാണ് കൊടുക്കുക? സംശയമില്ല രാജവെമ്പാല എന്ന രാജമൂർഖനു (King cobra) തന്നെ. ആഫ്രിക്കയിൽ പോലുമില്ല ഇതുമാതിരി ഒരു വിഷമൂർഖൻ. എന്നാൽ കണ്ണിലേക്ക് വിഷം തുപ്പുന്ന തുപ്പും രാജമൂർഖൻ (spitting cobra) ആഫിക്കയിലാണ് കേട്ടൊ. വിഷസഞ്ചിയിൽനിന്ന് വായിൽ ഊറിക്കൂടുന്ന വിഷം നേരെ ശത്രുവിന്റെ മുഖംനോക്കിയങ്ങു തുപ്പുന്നു ഈ വീരൻ.

മറ്റൊരുഗ്രൻ കൂടിയുണ്ട് ആഫ്രിക്കാ വൻകരയിൽ. ഗബൂൺ അണലി. വിഷപ്പല്ലിന്റെ കാര്യത്തിൽ ഇവനെ വെല്ലാൻ ആരുണ്ട് ലോകത്തിൽ? നീണ്ടുവളഞ്ഞ വിഷപ്പല്ലുകൾക്ക് അഞ്ചു സെന്റി മീറ്ററിലേറെ നീളം കാണും. മറ്റൊരു ജാതിക്കും കഴിയില്ല ഈ റെക്കോഡു ഭേദിക്കാൻ.

പാമ്പുകൾക്കിടയിലെ ഏറ്റവും വിദഗ്ധനായ ഓട്ടക്കാരനെക്കൂടി പരിചയപ്പെടൂ. 'മാമ്പ' എന്നാണ് പേര്. അങ്ങ് ആഫ്രിക്കൻ കാടുകളിൽ താമസം. മൂർഖനാണ്. എന്നാൽ രാജമൂർഖന്റെ വലിപ്പമൊന്നും വരില്ല. മണിക്കൂറിൽ ഇരുപത്തി അഞ്ചുകിലോ മീറ്റർ ആണ് മാമ്പയുടെ സ്പീഡ് നിരക്ക്. ഓ, ഇതൊരു വേഗതയാണോ എന്നാണ് ചോദ്യമെങ്കിൽ പറയാം. പാമ്പുലോകത്തിലെ സർവകാല റെക്കാഡു തന്നെയാണിത്. ഒന്നാന്തരം മരംകേറികൾ കൂടിയാണ് മാമ്പാ മൂർഖന്മാർ.

മുട്ടയിടുന്ന പാമ്പും പ്രസവിക്കുന്ന പാമ്പും ഉണ്ട്. മുട്ടതീനിയും പാമ്പുതീനിയും പാമ്പുകളുടെ കൂട്ടത്തിലുണ്ട്. ഒരു പാമ്പും മാളം ഉണ്ടാക്കാറില്ല. എന്നാൽ പക്ഷികളെപ്പോലെ കൂട്ടുകൂടുന്ന ഒരിനം പാമ്പെങ്കിലുമുണ്ട്–രാജവെമ്പാല. നാഗത്താൻ പാമ്പ് 'പറക്കും'. ആനക്കൊണ്ട ചിലപ്പോൾ മുതലയേയും പിടിച്ചുവിഴുങ്ങും. അമേരിക്കയിലെ റാറ്റിൽ അണലികൾ വാലറ്റത്തെ രൂപംമാറിയ ശൽക്കഭാഗങ്ങൾ ഉപയോഗിച്ച് കട കട ശബ്ദമുണ്ടാക്കി ഇരപിടിയന്മാരേയും മറ്റു ശല്യക്കാരേയും പേടിപ്പിച്ചുകളയും. നാട്രിക്സ് നാട്രിക്സ് എന്ന പച്ചപ്പുൽ പാമ്പ് വൃത്തികെട്ട മണമുണ്ടാക്കി ശത്രുവിനെ അകറ്റിക്കളയും. മുഖം നോക്കി ഛർദിക്കാനോ മലം വിസർജിക്കാനോ ഒട്ടും മടിക്കുകയില്ല. ഇരപിടിയനെ അടുത്തുകാണേണ്ട താമസം, ആ ക്ഷണം വാപിളർന്ന് നാക്കു പുറത്തിട്ട്, ചത്തപോലെ കിടക്കാൻ, അഭിനയംകൊണ്ട് രക്ഷപ്പെടാൻ ഈ വിരുതനേ കഴിയൂ.

വിഷം തുപ്പുന്ന രാജവെമ്പാല

ഏതെങ്കിലും പാമ്പ് എലിയേയോ തവളയെയോ വിഴുങ്ങുന്നതു ശ്രദ്ധിച്ചിട്ടുണ്ടോ? കാണേണ്ട കാഴ്ച തന്നെയല്ലെ അത്? എത്രയോ ചെറിയ പാമ്പായിരിക്കും. എന്നാൽ ഇര ഇത്തിരി വലിപ്പം കൂടിയതായാലും ഒരു കൂസലുമില്ല. ഇരയെ വിഴുങ്ങുന്ന കാഴ്ച കണ്ടാൽ കാണുന്നവരാണ് പേടിച്ചുപോവുക. തലയുടെ അഞ്ചിരട്ടി വലിപ്പമുള്ള ഇരയായാലും വലിയ പ്രയാസമൊന്നുമില്ലാതെ വിഴുങ്ങും. വലിയ ഒരു പെരുമ്പാമ്പ് മനുഷ്യനെത്തന്നെ വിഴുങ്ങി എന്നു കേട്ടാൽ അത്ഭുതപ്പെടേണ്ട കാര്യമില്ല. ഇത്തരം വാർത്തകൾ അൽപ്പം ഉപ്പും കൂട്ടി മാത്രം വിഴുങ്ങിയാൽ മതി എന്നു മാത്രം. കാരണം പെരുമ്പാമ്പ് മനുഷ്യനെ വിഴുങ്ങുന്നതും മറ്റും അത്യപൂർവമായ സംഭവമാണ്. അതേസമയം ഇത്രയേറെ വികസിക്കുന്ന വായയും ഗളനാളവും വയറും മറ്റൊരു ജീവിക്കുമില്ല എന്നത് വാസ്തവം തന്നെയാണ്.

ഒരു പാമ്പ് എത്രകാലം ജീവിക്കും? കൃത്യമായ ഉത്തരമൊന്നും നൽകാനാവില്ല. മുപ്പത്തഞ്ചു വർഷം വരെ ജീവിച്ച വളർത്തുപാമ്പുകളുണ്ട്. സ്വാഭാവിക പരിതഃസ്ഥിതിയിൽ അത്രയും ആയുസുണ്ടാകുമോ എന്ന കാര്യം സംശയമാണ്. എങ്കിലും ഇരുപത്തഞ്ചുവർഷം ശരാശരി ആയുസായി കണക്കാക്കാം. ആയുസിൽ ഒന്നാമനായ ആമ പാമ്പുകളുടെ ചാർച്ചക്കാരനാണെന്ന കാര്യം ഓർമ വേണം.

പാമ്പുകളെ അടുത്തറിയുന്നതിനും അവയെക്കുറിച്ച് കൂടുതൽ മനസിലാക്കാനും ഏതെങ്കിലും പാമ്പുവളർത്തു കേന്ദ്രം സന്ദർശിക്കാം. റോമുലസ് വൈറ്റേക്കറും മറ്റും എഴുതിയ പുസ്തകങ്ങൾ വായിക്കാം. അനിമൽ പ്ലാനറ്റിലും ജ്യോഗ്രഫിക് ചാനലിലും മറ്റും വരുന്ന ചിത്രങ്ങൾ കാണാം. സ്വാഭാവികമായ ആവാസ വ്യവസ്ഥയിൽനിന്ന് അകറ്റി ജീവികളെ പാർക്കുകളിലും മൃഗശാലകളിലും മാറ്റി വളർത്തുന്നത് അവയെ പരിരക്ഷിക്കുന്നതിനുള്ള ശരിയായ മാർഗമല്ല. അതേസമയം സ്നെയ്ക്കു പാർക്കുകളുടേയും മറ്റും വിദ്യാഭ്യാസമൂല്യം അവഗണിക്കാനുമാവില്ല. കേരളത്തിലെ ഒരേയൊരു പാമ്പുവളർത്തുകേന്ദ്രം കണ്ണൂർ ജില്ലയിൽ പറശ്ശിനിക്കടവ് എന്ന ഗ്രാമത്തിൽ സ്ഥിതിചെയ്യുന്നു. കേരളത്തിലെ ഒട്ടുമിക്ക പാമ്പുകളും ഇവിടെയുണ്ട്.

3

ആഹാരവും സഞ്ചാരവും മറ്റും

അതാ ഒരു പാമ്പ് വിഷമിച്ചും പ്രയാസപ്പെട്ടും കാട്ടുചെടിപ്പടർപ്പുകൾക്കിടയിലേക്ക് ഇഴഞ്ഞുപോകുന്നു. അതിന്റെ മന്ദഗതിയിലുള്ള ചലനവും വിളറിയതൊലിയും അതിന് ഉറയൂരാൻ സമയമായെന്നു വ്യക്തമാക്കുന്നു.

ജീവിതകാലം മുഴുവൻ വളരുന്ന ജീവികളാണ് പാമ്പുകൾ. അതിനിടയിൽ ഓരോ വർഷവും നാലഞ്ചു തവണ ഉറയൂരാറുണ്ട്.

ശൽക്കങ്ങൾ കൊണ്ടുണ്ടാക്കിയ വർണശബളമായ കുപ്പായം ഓരോ പാമ്പിനും പ്രകൃതി കനിഞ്ഞു നൽകിയിട്ടുണ്ട്. ശൽക്കങ്ങളുടെ ആകൃ

പാമ്പ് ഉറയൂരുന്നു

പാമ്പുകളുടെ ഇണചേരൽ

തിയും ക്രമീകരണവും നോക്കിപ്പഠിച്ച് ഏതു പാമ്പിനേയും തിരിച്ചറിയാനാവും.

ശൽക്കങ്ങളും അവയെ ആവരണം ചെയ്യുന്ന സുതാര്യമായ പാളിയും ചേർന്നതാണ് പാമ്പിന്റെ ത്വക്ക്. കെരാറ്റിൻ എന്ന വർണ വസ്തു കൊണ്ട് നിർമിതമാണിത്. നേർത്ത ബാഹ്യപാളി കൂടെക്കൂടെ ഉരിഞ്ഞു മാറ്റും. ഇതാണ് പടം പൊഴിക്കൽ അഥവാ ഉറയൂരൽ (Moul ting) പഴയ കുപ്പായം ഊരിമാറ്റുന്നതോടെ ത്വക്കിന് ഒരു പ്രത്യേകതിളക്കവും സ്നിഗ്ധതയും ഭംഗിയും ഉണ്ടാവും. ചലനങ്ങൾക്ക് ചടുലത കൈവരും. ഉറയൂരാറായ പാമ്പാവട്ടെ, ചുറുചുറുക്കെല്ലാം കൈവിട്ട് തീരെ അലസനും മന്ദനുമായിരിക്കും.

അതാ, ഇഴഞ്ഞുപോയ ആ പാമ്പ് ചെടിപ്പടർപ്പിനിടയിൽ സുരക്ഷിതമായ ഒരു സ്ഥലം കണ്ടെത്തിക്കഴിഞ്ഞു. ഒരു മൂന്നാലു ദിവസമെങ്കിലും അവിടെയത് ഏതാണ്ട് നിഷ്ക്രിയനായിക്കഴിയും. ശൽക്കങ്ങൾക്കും ബാഹ്യാവരണത്തിനും ഇടയിൽ എണ്ണപോലൊരു സ്രവം കിനിയും; ക്രമേണ ഉറച്ചുകട്ടിയാവും. കണ്ണുകളെപ്പോലും ഈ ആവരണം മൂടും. ഉറയൂരാൻ കിടക്കുന്ന പാമ്പ് ഏതാണ്ട് പൂർണനായും അന്ധനാണെന്നു പറഞ്ഞാൽ തെറ്റില്ല. എല്ലാം കൂടി അത് വല്ലാതെ അസ്വാസ്ഥ്യപ്പെടും. വല്ല വേരിലോ കല്ലിലോ നാസിക ഉരച്ച് ചുണ്ടുവരെയുള്ള ഭാഗം പൊട്ടിക്കുകയെന്നതത്രെ ഉറയൂരലിന്റെ ആദ്യപടി. തുടർന്ന് ആ ഭാഗത്തുനിന്ന്, പുറം അകമാക്കി കുപ്പായമൂരുന്നതുപോലെ, പാമ്പ് സ്വന്തം തൊലി ഊരിയെടുക്കുന്നു. മുട്ടവിരിഞ്ഞു പുറത്തുവരുന്ന കുഞ്ഞുങ്ങൾ ആദ്യത്തെ ആറാഴ്ചകൾക്കിടയിൽ നാലുതവണയെങ്കിലും ഉറയൂരിയെറിഞ്ഞിരിക്കും!

ശൽക്കങ്ങളുടെ കുപ്പായത്തിനുള്ളിലാണ് ശരീരമെങ്കിലും ചുറ്റുപാടും ഉണ്ടാകുന്ന മാറ്റങ്ങളോട് വളരെ ക്രിയാത്മകമായി പ്രതികരിക്കാൻ പാമ്പുകൾക്കു കഴിയും. ത്വക്ക് ഒന്നാന്തരമൊരു സ്പർശനേന്ദ്രിയമാണ്.

ചൂടു കൂടുമ്പോൾ നമ്മുടെ ശരീരം വിയർക്കാറില്ലേ? പാമ്പിനു പക്ഷേ, വിയർക്കില്ല. സ്വേദഗ്രന്ഥികൾ ഇല്ലാത്ത ഒരു ജീവിക്ക് വിയർപ്പുണ്ടാകുന്നതെങ്ങനെ? അങ്ങനെയെങ്കിൽ പിന്നെ ശരീരോഷ്മാവ് നിയന്ത്രിക്കുന്നതെങ്ങനെയെന്ന ചോദ്യമുയരുന്നു. ഊഷ്മാവു നിയന്ത്രണം പാമ്പിനു പറഞ്ഞിട്ടുള്ളതല്ല. ജീവൻ രക്ഷിക്കാൻ അനുകൂലമായ ഉഷ്ണനിലയുള്ള സ്ഥലത്തേക്ക് നീങ്ങുകയേ നിർവാഹമുള്ളൂ. ഇതാണ് ശീതരക്തജീവികളുടെ രീതി. സ്ഥിരമായ ഒരു ശരീരോഷ്മാവ് ഇവയ്ക്കില്ല. തണുപ്പിൽ ഊഷ്മാവു കുറയുമ്പോൾ ശരീരം ചൂടാക്കാൻ വെയിലുകായും. ചൂടുകൂടുമ്പോൾ തണുപ്പും തണലും തേടിപ്പോകും. ഉഷ്ണകാലത്ത്, തണുപ്പും നനവുമുള്ള സ്ഥലങ്ങളിൽ പാമ്പുണ്ടാവാൻ സാധ്യതയുണ്ടെന്നു പറയുന്നത് ഇതുകൊണ്ടാണ്.

അസഹനീയമായ രീതിയിൽ ചൂട് വീണ്ടും കൂടുകയാണെങ്കിലോ? അങ്ങനെയൊരു സാഹചര്യത്തിൽ പാമ്പ് തീർത്തും നിഷ്ക്രിയമാവും. വല്ല ചപ്പുചവറിനടിയിലും ചത്തപോലെ കിടക്കും. ഒരുതരം ഉഷ്ണനിദ്ര. ഈ രീതിയിൽ വിശ്രമിക്കാൻ കഴിയാത്ത പക്ഷം പാമ്പ് ചത്തുപോകും.

സംരക്ഷണാവയവം എന്നതിനു പുറമെ സ്പർശനേന്ദ്രിയമായും ത്വക്ക് പ്രവർത്തിക്കും എന്നു പറഞ്ഞല്ലോ. പാമ്പ് കൂടെക്കൂടെ നാക്കുനീട്ടുന്നതെന്തിനാണെന്നു ചിന്തിച്ചിട്ടുണ്ടോ? നാക്കും ത്വക്കും ഉപയോഗിച്ച് ഏതു നിസ്സാരഗന്ധവും പിടിച്ചെടുക്കാൻ പാമ്പിനേ കഴിയൂ. പാമ്പിനെ കൈകാര്യം ചെയ്യുന്നവരെല്ലാം ഈ ശാസ്ത്രസത്യം മനസിലാക്കി പെരുമാറുന്നവരത്രെ. കരിമൂർഖനെപ്പോലും ഇത്തരക്കാർ എത്ര ലാഘവത്തോടെ കൈയിലെടുത്തു കളിപ്പിക്കുന്നു! മൃദുലവും നൊമ്പരപ്പെടുത്താത്തതുമായ സ്പർശം ഏതുഗ്രൻ സർപ്പത്തേയും ശാന്തമാക്കും. അതേസമയം അശ്രദ്ധമായ ഏതു നീക്കവും പാമ്പിനെ പ്രകോപിപ്പിക്കും. പാലുകൊടുത്ത കൈയിലായാൽ പോലും പിന്നെ കൊത്താൻ മടിക്കില്ല.

ദംശനം മാത്രമല്ല, ശത്രുവിനെ നേരിടാൻ മറ്റു പലസൂത്രങ്ങളും പാമ്പുകൾ ഉപയോഗിക്കാറുണ്ട്. ചേരയെ വിരട്ടിയാൽ അതു തലയുയർത്തി ചീറ്റും. അണലിപ്പാമ്പ് കാറ്റുവലിച്ചെടുത്ത് ശക്തിയായി ഊതും. ആരും പേടിച്ചുപോകും. സൂക്ഷിച്ചോളൂ എന്ന മുന്നറിയിപ്പാണിത്. ശരീരം വീർപ്പിച്ച് വണ്ണം കൂട്ടാനും ഇവയ്ക്കു കഴിയും. ശ്വാസകോശത്തിന്റെ ഒരു സവിശേഷതമൂലമാണ് ഇത് സാധ്യമാകുന്നത്. ഇവയുടെ ശ്വാസകോശങ്ങൾ നമ്മുടേതു പോലെയല്ല. ഇരട്ട സഞ്ചിയിൽ ഒന്നു ലോപിച്ച് തീരെ ഇല്ലാതായിരിക്കുന്നു. മറ്റേത് നീണ്ടു വീർത്ത് തലയണ പോലെയായി ഏതാണ്ട് വൃക്കകൾവരേക്കും നീണ്ടുകിടക്കുന്നു. കാറ്റു നിറച്ച ഈ തലയിണയുടെ മേൽ അടിച്ചാൽ അടിച്ച വടി തെറിക്കും. അവയവങ്ങൾക്കു പരിക്കേൽക്കില്ല. അപകടങ്ങളെ, ആഘാതങ്ങളെ, അതിജീവിക്കാൻ

പ്രകൃതി കനിഞ്ഞേകിയ അനുഗ്രഹം! ശ്വാസകോശത്തിൽ വായുനിറച്ച് പുറത്തുവിട്ട് വിരട്ടുകയുമാവാം. ചേര പേടിച്ചാൽ തലയുടെ കീഴ്ഭാഗം വീർപ്പിച്ച് മൂർഖന്റേതുപോലെ പത്തിയാക്കി വിടർത്താൻ വൃഥാശ്രമം നടത്തും. ഇതു മനസിലാക്കാത്തവർ പേടിച്ചോടിക്കളയും. ജീവൻ രക്ഷിക്കാനുള്ള പാവം പാമ്പിന്റെ [illegible] വേഷങ്ങളാണെന്നു മാത്രം കരുതിയാൽ മതി.

ഇനി ഒരു ചോദ്യം പാമ്പിനെക്കണ്ടാൽ ആണാണോ പെണ്ണാണൊ എന്നു തിരിച്ചറിയാനാവുമോ? ആവില്ലെന്നു തീർച്ച. കാഴ്ചയ്ക്ക് എല്ലാം ഒരുപോലെയല്ലേ? പിന്നെങ്ങനെ ആണിനേയും പെണ്ണിനേയും തിരിച്ചറിയാൻ! വലിപ്പം നോക്കി ലിംഗനിർണയം നടത്താറുണ്ട്. കൂടുതൽ വലിപ്പം ആണിനാണ്. എന്നാൽ എല്ലാ സ്പീഷീസിലും അത് അങ്ങനെയാവണമെന്നില്ല. അതേസമയം വാലിന്റെ വലിപ്പം നോക്കി തെറ്റാതെ ലിംഗനിർണയം നടത്താം. ശരീരവലിപ്പം എത്രയായാലും വാൽവലിപ്പം എപ്പൊഴും ആണിനാവും കൂടുതൽ.

ഇനി വിദഗ്ധന്മാർ ലിംഗനിർണയത്തിനായി ചെയ്യുന്നത് എന്താണെന്നു കൂടി അറിയുക. അവർ പാമ്പിനെ മലർത്തിക്കിടത്തും. എന്നിട്ട് വാലിന്റെ കീഴറ്റം തൊട്ട് മേൽപ്പോട്ട് പതുക്കെ തടവും. വാലിന്റെ ആരംഭഭാഗത്തിനു തൊട്ടു മേലെയായി ഇരട്ടലിംഗം വിരലിൽ തടയാതിരിക്കില്ല. സംശയിക്കേണ്ട, ഇവൻ ആണുതന്നെ.

മണിക്കൂറുകൾ നീണ്ടുനിൽക്കുന്ന ഒരു പ്രക്രിയയാണ് പാമ്പുകളുടെ ഇണചേരൽ.

4

എത്രതരം പാമ്പുകൾ

ഇന്ത്യാരാജ്യത്ത് എല്ലാം കൂടി 216 തരം (സ്പീഷീസ്) പാമ്പുകൾ ഉണ്ടെന്ന് മുൻ അധ്യായത്തിൽ സൂചിപ്പിച്ചല്ലോ. പതിനൊന്നു കുടുംബങ്ങളിലായി ഇവയെ വർഗീകരിച്ചിരിക്കുന്നു. വിഷമില്ലാത്തവയുടെ എട്ടു കുടുംബങ്ങൾ. വിഷമുള്ളവയുടെ വെറും മൂന്നും. ഈ മൂന്നു കുടുംബങ്ങളുടെ പേരിലാണ് ഈ ജീവികൾക്ക് ഇത്രയേറെ പഴി കേൾക്കേണ്ടിവരുന്നത് താഴെ പറയുന്നവയാണ് ഈ മൂന്നു കുടുംബങ്ങൾ.

1. എലാപിഡെ (മൂർഖൻ, വെള്ളിക്കെട്ടൻ)
2. വൈപ്പറിഡെ (അണലി)
3. ഹൈഡ്രോഫിഡെ (കടൽപ്പാമ്പുകൾ)

എലാപിഡെ കുടുംബത്തിൽ പതിമൂന്നോളം സ്പീഷീസുകൾ. വൈപ്പറിഡെ ഇരുപത്; കടൽപ്പാമ്പുകൾ പത്തൊമ്പത്. അങ്ങനെ ആകെ 52 വിഷപ്പാമ്പ് സ്പീഷീസുകളാണുള്ളത്.

നമ്മുടെ നാട്ടിലെ പാമ്പുകളിൽ ഏറെയും വിഷമില്ലാത്തവയാണെന്ന് ഇപ്പോൾ വ്യക്തമായില്ലേ? വിഷമില്ലാത്ത പാമ്പുസ്പീഷീസാണ് എണ്ണത്തിൽ ഏറെ കൂടുതൽ. മൊത്തം 164 സ്പീഷീസ്. ഇവയുടെ പ്രധാന കുടുംബപ്പേരുകൾ താഴെപ്പറയും പോലെയാണ്.

1. കോളുബ്രിഡെ (ചേര, നീർക്കോലി)
2. ബോയ്ഡെ (മലമ്പാമ്പ്, പെരുമ്പാമ്പ്, ബോവ)
3. ടൈഫ്ളൊപിഡെ (കുരുടിപ്പാമ്പ്)

ഇന്ത്യയിലെ ഏതാണ്ട് എല്ലാ പാമ്പുകളും കേരളത്തിലുമുണ്ട്.

ഇഴഞ്ഞുനീങ്ങുന്ന ഈ ചങ്ങാതിമാരുടെ സഞ്ചാരരീതി ശ്രദ്ധിച്ചിട്ടുണ്ടോ? വളഞ്ഞുപുളഞ്ഞ് അങ്ങനെ എത്ര അനായാസമായ രീതിയിലാണ് ചലനം, അല്ലേ. അനായാസമായി മരം കയറും. നീന്തും ഒറ്റനോട്ട

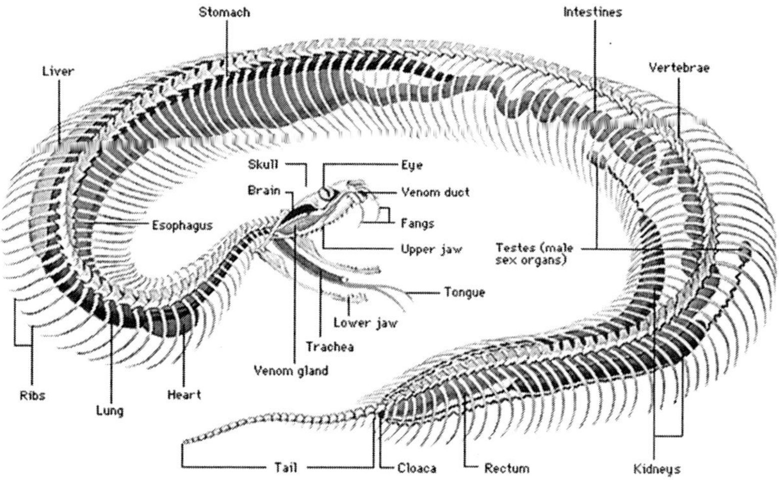

പാമ്പിന്റെ അസ്ഥികൂടം ഗ്രാഫിക്സ്

ത്തിൽ എല്ലാ പാമ്പും ഒരുപോലെയാണ്. ഒന്നുകൂടി സൂക്ഷിച്ചു നോക്കുമ്പോഴേ വ്യത്യാസങ്ങൾ ശ്രദ്ധയിൽപ്പെടുകയുള്ളൂ. ജീവിതസാഹചര്യങ്ങൾക്കനുസരിച്ചുള്ള അനുകൂലനങ്ങൾ ഒരേ സ്പീഷിസിലെ വ്യത്യസ്ത ഉപജാതികൾക്കും ഉണ്ടായിരിക്കും. കുടുംബങ്ങൾ തമ്മിലുള്ള വ്യത്യാസം ഇതിലും എത്രയോ കൂടുതലായിരിക്കും. ഉദാഹരണമായി അണലിയും മൂർഖനും തമ്മിലുള്ള അന്തരങ്ങൾ ഒറ്റനോട്ടത്തിൽ തിരിച്ചറിയാം. കടൽപ്പാമ്പുകളുടെ വാല് തുഴപോലെയാണ്. പച്ചോലപ്പാമ്പിന് മരങ്ങളിൽ ജീവിക്കാനുള്ള പലതരം അനുകൂലനങ്ങൾ കാണാം. ചേരയും വില്ലൂന്നിയും തമ്മിലുള്ള വ്യത്യാസം പെട്ടെന്നു ശ്രദ്ധയിൽപ്പെടും. വായുവിലൂടെ തെന്നിനീങ്ങുന്ന നാഗത്താനെ കണ്ടാൽ പറക്കുകയാണെന്നേ തോന്നൂ.

നോക്കൂ, ഈ കാണുന്നതാണ് പാമ്പിന്റെ നട്ടെല്ല്. ചത്തപാമ്പിനെ കുഴിച്ചിട്ട് ശരീരം പൂർണമായും അഴുകിത്തീർന്നശേഷം പുറത്തെടുത്ത് വൃത്തിയാക്കി തയാറാക്കിയതാണ്. കശേരുക്കൾ നോക്കൂ. എത്രയുണ്ട്? എണ്ണാമെങ്കിൽ എണ്ണിക്കോള്ളൂ. 100? 200? അതിലും അധികമുണ്ടെന്നോ? പാമ്പിന്റെ നീളമനുസരിച്ച് വ്യത്യാസം കാണും. 100 നും 400 ഇടയിൽ എത്ര വേണമെങ്കിലുമാവാം. നമ്മുടെ നട്ടെല്ലിൽ ആകെ 32 കശേരുക്കൾ മാത്രമേ ഉള്ളൂ എന്നുകൂടി ഓർക്കുക. ഒന്നുകൂടി സൂക്ഷിച്ചുനോക്കൂ. ആദ്യത്തെ രണ്ട് കശേരുവും വാൽഭാഗത്തുള്ളവയും ഒഴിച്ചുനിർത്തിയാൽ ബാക്കിയെല്ലാം വാരിയെല്ലുകളോട് ബന്ധിതമാണ്. ഇനി വാരിയെല്ലുകളാണെങ്കിലോ? ശരീരത്തിന്റെ അടിഭാഗത്തെ ശൽക്കങ്ങളുമായി പ്രത്യേകരീതിയിൽ ചേർന്നിരിക്കുന്നു. നല്ല വലിപ്പുള്ള ഈ അധോഭാഗ ശൽക്കങ്ങൾ നിലത്ത് ഊന്നി ഉറപ്പിച്ച് ശരീരം മുന്നോട്ടു തള്ളി ഇഴഞ്ഞു നീങ്ങുന്ന സഞ്ചാരരീതിയാണ് പാമ്പുകൾക്കെല്ലാമുള്ളത്. ഇതിൽനിന്ന് ഒരുകാര്യം

വ്യക്തം. പ്രതലം പരുപരുത്തതല്ലെങ്കിൽ സഞ്ചരിക്കാൻ പ്രയാസമുണ്ടാവും. കണ്ണാടിപോലെ മിനുസമുള്ള പ്രതലത്തിലിട്ടാൽ പാമ്പ് ഇഴഞ്ഞു നീങ്ങാൻ നന്നെ വിഷമിക്കും. കാരണം മനസിലായല്ലൊ. പിടിത്തം കിട്ടാതെ മുന്നോട്ടായാൻ കഴിയാതെ സഞ്ചരിക്കുന്നതെങ്ങനെ?

ഇനി തല ശ്രദ്ധിക്കൂ. കണ്ണ്, മൂക്ക്, ചെവി, വായ – ഇത്രയും ഭാഗങ്ങളാണ് സാധാരണ ഒരു ജീവിയുടെ കഴുത്തിനു മേലുണ്ടാവുക. പാമ്പിനു കഴുത്തില്ല. ചെവിയെ സൂചിപ്പിക്കുന്ന യാതൊന്നുമില്ല. മറ്റ് ഉരഗങ്ങൾക്ക് വ്യക്തമായ കർണദ്വാരങ്ങളുണ്ടുതാനും. ചെവിയുടെ സ്ഥാനത്ത് ചെറു സുഷിരം പോലും ഇല്ലാതെ പിന്നെ ശബ്ദം കേൾക്കുന്നതെങ്ങനെ?

'ചക്ഷുശ്രവണൻ' എന്ന ഒരു പാര്യായപദം പാമ്പിനുണ്ട്. അതായത് കണ്ണുകൊണ്ട് കേൾക്കുമെന്ന്.

"ചക്ഷുശ്രവണ ഗളസ്തമാം ദർദുരം
ഭക്ഷണത്തിന്നപേക്ഷിക്കുന്നതു പോലെ
കാലാഹിനാപരിഗ്രസ്ഥമാം ലോകവു-
മാലോല ചേതസാ ഭോഗങ്ങൾ തേടുന്നു."

തുഞ്ചത്ത് എഴുത്തച്ഛന്റെ *അധ്യാത്മരാമായണം*. ശ്രീരാമചന്ദ്രൻ ലോകഗതിയെക്കുറിച്ച് ലക്ഷ്മണനെ ഉപദേശിക്കുന്ന ഭാഗത്താണ്. ഈ വരികളുള്ളത് 'ചക്ഷുശ്രവണഗളസ്തമാം ദർദുരം' പാമ്പിന്റെ വായിലെ തവളയാണ്.

പാമ്പ് കണ്ണുകൊണ്ടു കേൾക്കുമെന്നു പറയുന്നതൊക്കെ ചില തെറ്റിദ്ധാരണകൾ മൂലമാണ്. ചെവി ഇല്ലാത്തതുകൊണ്ട് അതിന്റെ ധർമം കണ്ണുകൾ നിർവഹിക്കും എന്ന തെറ്റിദ്ധാരണയിൽനിന്ന് ഉണ്ടായതാവാം ഇത്. എങ്കിൽപ്പിന്നെ പാമ്പിന് കേൾക്കാനേ കഴിയില്ലെന്നാണോ? ഏയ് അങ്ങനെയല്ല. അസ്ഥികൊണ്ട് കേൾക്കുന്ന ജീവിയാണ് പമ്പ്. ഈ ഒറ്റയസ്ഥി 'കോളെമെല്ല ഓറിസ്' എന്ന പേരിൽ അറിയപ്പെടുന്നു. ഭൂനിരപ്പിലൂടെ സഞ്ചരിക്കുന്ന ശബ്ദതരംഗങ്ങൾ ഇതുവഴി പിടിച്ചെടുക്കാം. വായുവിലൂടെ പോകുന്ന ശബ്ദമാകട്ടെ കിട്ടുകയുമില്ല. ഇരുട്ടത്തു വഴിനടക്കുമ്പോൾ കാൽനിലത്തടിച്ചു ശബ്ദമുണ്ടാക്കുന്നതാണോ കൈ കൊട്ടുന്നതാണോ, ഏതാണ് പാമ്പിനെ ഓടിക്കാൻ നല്ലത്? ആലോചിച്ചു നോക്കൂ. കൂട്ടിലടച്ച പാമ്പിന്റെ അടുത്തുചെന്ന് ശബ്ദമുണ്ടാക്കി നോക്കാം. അനങ്ങാതെ ചുരുണ്ടു കിടക്കുന്ന ചങ്ങാതിക്ക് വല്ല ഇളക്കവുമുണ്ടോ? തറയിലോ കൂടിന്റെ കമ്പിയിലോ ഇടിച്ച് നോക്കിയാലോ? എന്തു സംഭവിക്കുന്നു?

പാമ്പാട്ടി കുഴലൂതുമ്പോൾ മൂർഖൻ പത്തിവിരിച്ച് ആടും. ഹായ്, പാമ്പ് സംഗീതം എത്ര നന്നായി ആസ്വദിക്കുന്നു എന്നായിരിക്കും വിചാരം. പാമ്പാട്ടി കുഴലൂതുമ്പോൾ ഊതുകമാത്രമല്ല, അത് ചലിപ്പിക്കുകയും ചെയ്യാറുണ്ട്. ആടുന്ന പാമ്പിന്റെ കണ്ണുകൾ മകുടിയുടെ ചലനത്തിൽ തന്നെയാണെന്ന് ശ്രദ്ധിച്ചാൽ മനസിലാവും. മകുടി നിശ്ചലമാകുന്ന

നിമിഷം തന്നെ പാമ്പാട്ടവും നിൽക്കും. പാമ്പാട്ടത്തിന്റെ രഹസ്യം ഇപ്പോൾ മനസിലായില്ലെ?

പാമ്പിന് സംഗീതം വളരെയേറെ ഇഷ്ടമാണെന്ന വിശ്വാസം നിലവിലുണ്ട്. കുട്ടികൾ രാത്രി പാട്ടുപാടുകയോ ചൂളമടിക്കുകയോ ചെയ്താൽ മുത്തശ്ശി പറയും, വേണ്ടാട്ടൊ പാമ്പുവരും. കേൾക്കാത്ത പാട്ട് പാമ്പ് ആസ്വദിക്കുന്നതെങ്ങനെ?

ഇതൊക്കെയാണെങ്കിലും വായുനിറഞ്ഞ ശ്വാസകോശ സഞ്ചിയിലൂടെ ശബ്ദതരംഗങ്ങൾ തീരെ ചെറിയ തോതിലാണെങ്കിലും പിടിച്ചെടുക്കാൻ കഴിയുമെന്ന് ശാസ്ത്രലോകം വിശ്വസിക്കുന്നു.

ഇഴഞ്ഞു പോകുന്ന പാമ്പ് കൂടെക്കൂടെ നാക്കുനീട്ടുന്നതു കണ്ടിട്ടില്ലെ? സഞ്ചരിക്കുമ്പോൾ മാത്രമല്ല, പേടിയോ സംശയമോ തോന്നുമ്പോഴെല്ലാം അതു നാക്കു ചലിപ്പിക്കും. രണ്ടായിപ്പിളർന്ന നാക്കു കാണുമ്പോൾ തന്നെ പേടിതോന്നും, ഇല്ലെ? അതിൽ നിറയെ വിഷമമാണെന്നു വിശ്വസിക്കുന്നവരും ഉണ്ട്. നിറം കണ്ടിട്ടാവണം അങ്ങനെയൊരു തെറ്റിദ്ധാരണ.

നാക്ക് ഘ്രാണേന്ദ്രിയമായി പ്രവർത്തിക്കും. രുചിയുമായി അതിനു ബന്ധമില്ലെന്ന് മനസിലാക്കാവുന്നതേയുള്ളൂ. നിസ്സാര ഗന്ധങ്ങൾപോലും നാക്കിലൂടെ പിടിച്ചെടുക്കുന്നു, പരിസരമറിയുന്നു. ശത്രുസാന്നിധ്യമറിയുന്നു. മേൽത്താടിയിലെ 'ജേക്കബ്സൺസ് ഓർഗൻ' എന്ന അവയവമാണ് ഗന്ധത്തെ സ്വീകരിച്ച് തിരിച്ചറിവാക്കി മാറ്റുന്നത്. ഞൊടിയിടകൊണ്ട് പ്രതികരണമുണ്ടാവും. ഇരയാണോ, ഇരപിടിയനാണോ, ഓടണോ, ചെറുത്തു നിൽക്കണോ, ചൂടാണോ തണുപ്പാണോ എന്നിങ്ങനെയൊക്കെയുള്ള വ്യാഖ്യാനങ്ങൾ ഈ അവയവം വഴി ലഭിക്കുന്നുണ്ടാവണം.

ഇരയെ അപ്പാടെ വിഴുങ്ങുന്ന ഒരു ജീവിയുടെ നാക്കിന് രുചിയുടെ ആസ്വാദനവുമായി ബന്ധമുണ്ടാവേണ്ട കാര്യമില്ല. ഇരയെ വിഴുങ്ങുന്ന ജീവിക്ക് പല്ലുകളെന്തിനാണ് പിന്നെ? ഇരയെ കടിക്കാനോ ചവച്ചരയ്ക്കാനോ അല്ല, തീർച്ച (ഇരയെ നിർവീര്യമാക്കാൻ വിഷപ്പല്ലുകൾ പ്രയോഗിക്കാം) കൂർത്ത് അറ്റം വളഞ്ഞപല്ലുകൾ വിഷമില്ലാപ്പാമ്പുകൾക്കുപോലുമുണ്ട്, മേൽത്താടിയിലും കീഴ്ത്താടിയിലും അവയുടെ വിന്യാസം ശ്രദ്ധിച്ചാൽ തന്നെ കാര്യം മനസിലാവും. ഇര രക്ഷപ്പെടാതിരിക്കാനുള്ള പ്രതിരോധ സംവിധാനമാണിത്. ഇരയെ വായിൽനിന്ന് തൊണ്ടയിലേക്ക് തള്ളിവിടാനും പല്ലുകൾ സഹായിക്കും.

വിഷപ്പല്ലുകളും പ്രതിരോധം ഉദ്ദേശിച്ചു തന്നെ ഉണ്ടായവയത്രെ. ഇര ശക്തനെങ്കിൽ കീഴടക്കാൻ സൂചിവയ്പുതന്നെ വേണ്ടിവരും. ഇതേ സൂചി തന്നെ ചവിട്ടി വേദനിപ്പിക്കുന്നവരുടെ പാദങ്ങളിലും പ്രയോഗിക്കാം. ഇതിനെ പാമ്പിന്റെ പകയായും പ്രതികാരമായും നാം നമ്മുടെ സ്വഭാവമനുസരിച്ച് വ്യാഖ്യാനിക്കുന്നു എന്നേയുള്ളൂ. മാനുഷികഭാവങ്ങൾ പ്രകൃതിയിലെ മറ്റെല്ലാജീവികളിലും ആരോപിക്കുന്ന രീതി കവികൾക്കു മാത്രമല്ല സാധാരണക്കാർക്കും ഉണ്ട്.

എങ്കിലും എത്ര ശ്രദ്ധിച്ചാലും ചുറ്റുപാടുകളോടുള്ള ദൈനംദിന ഇടപെടലുകൾക്കിടയിൽ നിങ്ങളുടെ കൈയിലോ കാലിലോ പാമ്പ് അതിന്റെ വിഷപ്പല്ല് കുത്തിയിറക്കി എന്നുവരാം. ചിലപ്പോൾ ജീവൻ തന്നെ ഇതുമൂലം നഷ്ടപ്പെട്ടു എന്നുംവരാം. അതുകൊണ്ട് പാമ്പുവിഷത്തെക്കുറിച്ചും പാമ്പുകടിയേറ്റാൽ ശ്രദ്ധിക്കേണ്ട കാര്യങ്ങളെക്കുറിച്ചും നാം ഓരോരുത്തരും ചില കാര്യങ്ങളെങ്കിലും അറിഞ്ഞിരിക്കേണ്ടതാണ്. പാമ്പുകടിയേറ്റ് ആയുസെത്തുന്നവരിൽ ഒരു നല്ല പങ്കും അറിവില്ലായ്മയുടെയും അന്ധവിശ്വാസങ്ങളുടെയും ബലിയാടുകളാണെന്നതത്രെ സത്യം.

ഒരു വിഷപ്പാമ്പിന് ഒരു ജോടി വിഷപ്പല്ലുകളാണുള്ളത്. മേൽത്താടിയിൽ രണ്ടറ്റത്തുമായാണ് ഇവയുടെ സ്ഥാനം. പല്ലുകളുടെ വലിപ്പത്തിൽ ഒന്നാം സ്ഥാനം അണലികൾക്കാണ്. ശരാശരി രണ്ട് സെന്റിമീറ്ററാണ് ഈ വിഷപ്പല്ലുകളുടെ നീളം. മൂർഖജാതികൾ ശരീരവലിപ്പത്തിൽ മുമ്പന്മാരാവാം. എന്നാൽ അരസെന്റീമീറ്ററിലേറെ നീളമുള്ള വിഷപ്പല്ലുകൾ അപൂർവമായേ കാണൂ. വെള്ളിക്കെട്ടന്റെ വിഷപ്പല്ലുകൾ ഇതിലും ചെറുതാണ്. എന്നാൽ ഉഗ്രൻവിഷമാണ്. തീരെ ചെറിയ അളവുമതിയാവും ഒരാളുടെ കഥകഴിക്കാൻ.

ശരിക്കും ഒരു ഇൻജക്ഷൻ സൂചിതന്നെയാണ് ഓരോ വിഷപ്പല്ലും. സൂചി ആഴ്ന്നിറങ്ങുന്നു. അതിന്റെ ആക്കത്തിൽ വിഷസഞ്ചിയിൽനിന്ന് പല്ലുകളിലെ ചാലിലൂടെ വിഷം കടിവായിലെത്തി രക്തത്തിൽ കലരുകയാണ് ചെയ്യുന്നത്.

പാമ്പിന്റെ വിഷസഞ്ചി എന്നു പറഞ്ഞാൽ ഉമിനീർഗ്രന്ഥിയല്ലാതെ മറ്റൊന്നുമല്ല. ഉമിനീരിനുപകരം വിഷം ചുരത്തുന്നു. എന്ന വ്യത്യാസം മാത്രം. കണ്ണുകൾക്കു താഴെ അൽപ്പം പിറകോട്ടുമാറി വിഷപ്പല്ലിന്റെ ആരംഭഭാഗത്തായിട്ടാണ് ഓരോ വിഷസഞ്ചിയുടേയും സ്ഥാനം.

കടിയുടെ ശക്തിയിൽ വിഷപ്പല്ല് ചിലപ്പോൾ കൊഴിഞ്ഞുപോകാറുണ്ട്. പല്ല് പൊട്ടിപ്പോകുന്നതും അത്ര അസാധാരണമല്ല. ഒരു പല്ലുപോയാൽ മറ്റൊന്ന് മുളച്ചു വരും. അതുവരെ വിഷം വായിൽ ഊറിക്കൂടും. ഇരകളെ നിർവീര്യമാക്കാനൊക്കെ അതു മതിയാവും. മറ്റു പല്ലുകൾകൊണ്ടുള്ള മുറിവ് ഇരയുടെ ദേഹത്ത് ഉണ്ടായാൽ മതിയല്ലൊ. പിന്നെ രണ്ടു പല്ലും ഒരേസമയം നഷ്ടമാകാനുള്ള സാധ്യതയും തീരെ കുറവാണല്ലൊ. പാമ്പാട്ടികൾ വിഷപ്പല്ല് പറിച്ചുകളയാറുണ്ടത്രെ. അതുകൊണ്ട് താൽക്കാലിക ഫലമേ കിട്ടൂ.

എന്താണ് പാമ്പുവിഷം (snake venom)? പലതരം അമിനാമ്ലങ്ങൾ ചേർന്ന പ്രോട്ടീൻ (മാംസ്യം) ആണ് അതിന്റെ മുഖ്യഘടകം. പാലും പ്രോട്ടീൻ, വിഷവും പ്രോട്ടീൻ. ആലോചിക്കാൻ നല്ല രസം! നല്ലതും ചീത്തയും തമ്മിൽ ഈയൊരു വ്യത്യാസമേയുള്ളൂ. പ്രകൃതിയിൽ എവിടെ നോക്കിയാലും ഈ സത്യമല്ലേ കാണാൻ കഴിയുക?

താഴെ ചേർത്ത പട്ടിക ശ്രദ്ധിക്കൂ. ആളെ കൊല്ലാൻ ഓരോതരം പാമ്പു വിഷവും ഏത് അളവിൽ വേണം എന്നു നോക്കാം.

മൂർഖവിഷം : 12 മി ഗ്രാം
അണലിവിഷം : 15 മി ഗ്രാം
വെള്ളിക്കെട്ടൻവിഷം : 6 മി ഗ്രാം

കടൽപ്പാമ്പാണെങ്കിലോ ഇതിലും കുറച്ചുമതിയാവും. ആളെ കൊല്ലാൻ.

വിഷപ്പാമ്പ് ചില തിരിച്ചറിയൽ സൂചനകൾ	
വിഷപ്പാമ്പ്	വിഷമില്ലാപ്പാമ്പ്
1. അണലിയെങ്കിൽ തല ത്രികോണാകൃതിയിൽ	ഏത് ഇനമായാലും തലയ്ക്ക് ഗോളാകൃതി, വൃത്താകൃതി
2. കൃഷ്ണ മണികൾ എപ്പൊഴും അണ്ഡാകൃതി	എപ്പൊഴും വൃത്താകൃതി
3. വാലിനടിയിൽ ശൽക്കങ്ങൾ ഒറ്റ നിരയിൽ വേർതിരിവ് ഇല്ലാതെ	വാലിനടിയിലെ ശൽക്കങ്ങൾ ഇരട്ടനിരയിൽ വേർതിരിവോടെ
4 അണലിയെങ്കിൽ തലയിൽ കുഴി (Pit) ഉണ്ടെന്നുവരും, നാസ്വാദ രങ്ങൾക്കരികിലായി.	തലയിൽ കുഴി ഇല്ല

ഏതുവിഷവും മിതമായ അളവിൽ ഔഷധമാണ്. തേൾ വിഷമായാലും ചിലന്തിവിഷമായാലും ഇതാണ് സത്യം. ജീവൻ രക്ഷിക്കുന്ന ഔഷധമായാലും അളവുകൂടിയാൽ വിഷമായി മാറും എന്ന് അറിയാമല്ലൊ. ഔഷധമെന്ന നിലിയിൽ പാമ്പുവിഷത്തിന് പൊന്നുവിലയാണ്. അതുകൊണ്ടു തന്നെ വിഷത്തിനുവേണ്ടി പാമ്പുകൾ ക്രൂരമായി വേട്ടയാടപ്പെടുന്നു.

സെക്രട്ടറിപ്പക്ഷി

വിഷമുള്ളതിനെ മറ്റുജീവികൾ പേടിക്കും. അതിന്റെ പരിസരത്തിൽ നിന്നു മാറിനിൽക്കും. അഥവാ ദംശനമേൽക്കാതിരിക്കാൻ, ഏറ്റാൽ ഫലിക്കാതിരിക്കാൻ അനുകൂലനങ്ങൾ നേടിയെടുത്തിരിക്കും. ഏതായാലും മനുഷ്യന് ഇത്തരം അനുകൂലനങ്ങളൊന്നും പ്രകൃതി നൽകിയിട്ടില്ല. അതുകൊണ്ട് പാമ്പുകളെ ഭയമാണ്. അതേസമയം രാജവെമ്പാലയെ

പ്പോലും പേടിക്കാത്ത ചിലജന്തുക്കൾ ജീവമണ്ഡലത്തിലുണ്ട്. കീരിയും മൂങ്ങയും ആഫ്രിക്കയിലെ സെക്രട്ടിരിപ്പക്ഷിയും അമേരിക്കയിലെ ഒപ്പോസവും വിഷപ്പാമ്പുകളെ അടിയറവുപറയിക്കും. ആഹാരമാക്കും.

ഒന്നേകാൽ മീറ്ററിലേറെ പൊക്കമുള്ള സെക്രട്ടറിപ്പക്ഷി രാജവെമ്പാലയെപ്പോലും പേടിക്കാറില്ല. കൃശഗാത്രനെങ്കിലും കീരി മൂർഖനേയും അണലിയേയും ധീരധീരം ചെറുത്തു നിൽക്കും. കീരിയും പാമ്പും കടിപിടി കൂടുന്നത് പ്രകൃതിയിലെ ഏറ്റവും സ്തോഭജനകമായ ദൃശ്യങ്ങളിൽ ഒന്നാണ്. വിഷപ്പല്ലിൽനിന്ന് രക്ഷനേടാൻ കീരിയും കീരിപ്പല്ലുകളിൽനിന്ന് സ്വയം രക്ഷിക്കാൻ വിഷപ്പാമ്പും എന്തെല്ലാം അടവുകളാണെന്നോ ഉപയോഗിക്കുക! മിന്നൽവേഗതയിലുള്ള ചലനങ്ങൾ, വിഷസൂചി പ്രയോഗത്തിനെതിരെ രോമങ്ങൾകൊണ്ടു തീർക്കുന്ന ശക്തിയേറിയ പ്രതിരോധനിര അതിനുമുമ്പിൽ പാമ്പിന്റെ എല്ലാ അടവുകളും പരാജയപ്പെടുന്നു. നിർണായകമായ ഒരുനിമിഷത്തിൽ വിഷപ്പല്ല് ആഴ്ന്നിറക്കാനാകും മുമ്പ് ക്ഷീണിച്ചു പരവശനായി പാമ്പ് പരാജയം സമ്മതിക്കും. സർപ്പഫണത്തിനു നടുവിൽ തന്നെ കീരിയുടെ ഉളിപ്പല്ലുകൾ ആഴ്ന്നിറങ്ങും. ഒറ്റക്കടിക്ക് തലയോട്ടിയോടു ചേർന്നുള്ള കശേരുക്കൾ പാടെ തകർന്നുപോകുന്നു. അടവ് ഇത്തിരിയൊന്നു പിഴച്ചുപോയാൽ കുഴഞ്ഞു വീഴുന്നതു ചിലപ്പോൾ കീരിയായെന്നുവരും.

5

കരിമൂർഖനും പുല്ലാനിമൂർഖനും

മൂർഖൻ

ഇനി നമുക്ക് ചില വിഷപ്പാമ്പുകളെ പരിചയപ്പെടാം. മൂർഖൻ തന്നെയാ വട്ടെ ആദ്യം. ഫണം വി ടർത്തി നിൽക്കുന്ന ഒരു മൂർഖൻ പാമ്പിന് എ ന്തൊരു ഗാംഭീര്യമാണ്! സർപ്പസൗന്ദര്യം എ ന്നൊക്കെ പറ യുന്നത് ഇതുതന്നെയാണ്.

സമതലങ്ങളും മലമ്പ്രദേശങ്ങളും പാടശേഖരങ്ങളുമാണ് മൂർഖൻ പാമ്പിന്റെ ഇഷ്ടവിഹാരഭൂമികൾ. പ്രായപൂർത്തിയെത്തിയ ഇത്തരമൊരു പാമ്പിന് ഏതാണ്ട് ഒന്നേമുക്കാൽ മീറ്റർ നീളവും അതിനൊത്ത വണ്ണവുമുണ്ടാവും. വലിപ്പക്കൂടുതലിൽ മാത്രമല്ല വിഷവീര്യത്തിന്റെ കാര്യത്തിലും ആൺപാമ്പുതന്നെയാണ് മുന്നിൽ.

പുല്ലാനി മൂർഖനെന്നും കരിമൂർഖനെന്നും രണ്ടിനങ്ങൾ നമ്മുടെ നാട്ടിലുണ്ട്. പുല്ലാനിമൂർഖന് ഇളംമഞ്ഞയോ തവിട്ടുകലർന്ന മഞ്ഞനിറമോ ആണുള്ളത്. പത്തിയിലെ കണ്ണട അടയാളം മറ്റ് ഉരഗങ്ങളിൽനിന്ന് തിരിച്ചറിയാൻ സഹായിക്കുന്നു. ഒറ്റക്കണ്ണടയുള്ള ഇനങ്ങളും ഇരട്ടക്കണ്ണടയുള്ളയിനങ്ങളും ഉണ്ട്. കേരളത്തിൽ പക്ഷേ, ഇരട്ടക്കണ്ണടക്കാരേയുള്ളു. സർപ്പസൗന്ദര്യമികവിൽ ഇരട്ടക്കണ്ണടയുള്ള മൂർഖൻപാമ്പുകൾ രാജവെമ്പാലയ്ക്കും മുന്നിലാണ്.

കരിമൂർഖൻ എന്ന കാളസർപ്പത്തിന്റെ ശരീരം പേരു സൂചിപ്പിക്കുന്നതുപോലെ കറുകറാ കറുത്തിട്ടാണ്. വിഷവീര്യത്തിന്റെ കാര്യത്തിലും ഇവർ മുൻപന്തിയിൽ തന്നെ.

മൂർഖനും രാജവെമ്പാലയ്ക്കും മാത്രമേ ഫണം വിടർത്താനാവൂ എന്നറിയാമല്ലോ. പെട്ടെന്ന് ഉത്തേജനമുണ്ടാകുമ്പോൾ തലയ്ക്കു തൊട്ടു താഴെയുള്ള വാരിയെല്ലുകൾ പെട്ടെന്ന് വിടർന്ന് കൈപ്പത്തിയുടെ രൂപത്തിലാവും. ഫണം വിടർത്തി ഇരുകണ്ണുകളിലും ക്രൗര്യം നിറച്ച് (ഇത് നമ്മുടെ ഒരു തോന്നൽ മാത്രമാണ്. പേടിയിൽനിന്ന് ഉണ്ടായ തെറ്റിദ്ധാരണ) കൊത്താനാഞ്ഞു നിൽക്കുമ്പോൾ ഏതു വീരശൂരപരാക്രമിയായാലും ഒന്നു വിരണ്ടുപോകും. എന്നാൽ സത്യം എന്താണ്? പേടിച്ചിരിക്കുന്നത് സത്യത്തിൽ പാമ്പാണ്. രാജകീയ പ്രൗഢിയോടെയുള്ള ആ നിൽപ്പ് കണ്ട് നമ്മൾ പേടിച്ചുപോകും എന്നേയുള്ളൂ. പാമ്പുകളിൽ പരമ ഭീരു മൂർഖനാണെന്നു പറയാറുണ്ട്. മനുഷ്യനെ കണ്ടാൽ ഓടിയൊളിച്ച് എങ്ങനെയെങ്കിലും തടി രക്ഷിക്കാനാണ് ആദ്യം ശ്രമിക്കുക.

ഇന്ത്യയിൽ പലജനവിഭാഗങ്ങളും മൂർഖൻ പാമ്പിനെ ദൈവമായി ആരാധിക്കുന്നുണ്ട്. ഉത്തരേന്ത്യയിൽ നാഗപഞ്ചമിദിവസം കാളസർപ്പങ്ങളെ വീടുവീടാന്തരം കൊണ്ടു പോകാറുണ്ട്. വീട്ടമ്മമാർ പാലും പഴവും നിവേദിക്കുന്നു. പണ്ടുപണ്ടൊരു കൃഷിക്കാരൻ നിലമുഴുകകയായിരുന്നു. അപ്പോൾ വിരിഞ്ഞ കുറേസർപ്പക്കുഞ്ഞുങ്ങൾ കലപ്പയുടെ മുനയേറ്റ് ചത്തുപോയി. കുറേക്കഴിഞ്ഞ് അമ്മപ്പാമ്പ് സ്ഥലത്തെത്തി. ഹൃദയഭേദകമായ ആ കാഴ്ച കണ്ട് അവളുടെ പ്രതികാരാഗ്നി ജ്വലിച്ചു. ശത്രുവിനെ തേടി ഓരോ വീട്ടിലും ചെന്നു. അങ്ങനെ ഘാതകനെ തിരഞ്ഞു പിടിച്ച് ദംശിച്ചു കൊന്നു. അതുകൊണ്ടും അരിശം തീരാഞ്ഞ് അയാളുടെ കുലം മുടിച്ചു. പകയടങ്ങാതെ പിന്നെയും നാടുനീളെ സഞ്ചരിച്ചു. പാലും മുട്ടയുമായി ആളുകൾ പിന്നാലെ നടന്നു. പ്രായശ്ചിത്തമായി നാഗപഞ്ചമി എന്ന ഒരുദിവസം തന്നെ പാമ്പുകൾക്കായി മാറ്റി വച്ചു. ഇഷ്ടഭോജ്യങ്ങ

ളാണെന്ന വിശ്വാസത്തിൽ പാലും മുട്ടയും നിവേദിച്ചു. ഇന്നും ആ പതിവ് തുടരുന്നു. ജൂലായ് മാസത്തിലാണ് നാഗപഞ്ചമിദിനം.

ഒരുമരം മുറിക്കും മുമ്പ് ആ ജീവിയോടും അതിന്റെ ശാഖകളിൽ കുടിപാർക്കുന്ന പക്ഷികളോടും മറ്റു നാനാതരം ജീവജാലങ്ങളോടും മാപ്പിരന്നവരായിരുന്നു നമ്മുടെ പൂർവികന്മാർ. കാർഷിക പ്രവർത്തനങ്ങൾക്കിടയിൽ അബദ്ധത്തിൽ കൊല്ലപ്പെടുന്ന ഉരഗങ്ങളോടും അവർ ഈ രീതിയിൽ പ്രതികരിച്ചെങ്കിൽ അതിൽ അത്ഭുതകരമായി എന്താണുള്ളത്!

പാലിനും മുട്ടയ്ക്കും പകരം എലികളെയാണ് പാമ്പിനു നിവേദിക്കുന്നതെങ്കിൽ അത് എത്രവലിയ ഒരു പുണ്യകർമ്മമായിരിക്കും! എലിശാപ്പാടാണ് മൂർഖജാതിക്ക് ഏറ്റവും പ്രിയം. നമ്മുടെ നാട്ടിൽ എത്ര മനുഷ്യരുണ്ടോ, അവരുടെ അഞ്ചിരട്ടിയിലേറെ എലികളും പെരുച്ചാഴികളും ഉണ്ടാകുമെന്നാണ് ഒരേകദേശ കണക്ക്. പാടങ്ങളിലും ഗോഡൗണുകളിലും കയറിക്കൂടി അവ തിന്നുതീർക്കുന്ന ഭക്ഷണത്തിന്റെ കണക്കു കണ്ടാൽ തലചുറ്റും. എലിമൂത്രം വഴി പകരാനിടയുള്ള ലെപ്റ്റൊസ്പൈറോസിസ്' എന്ന എലിപ്പനിരോഗവും മനുഷ്യാരോഗ്യത്തിനു ഭീഷണിയാണ്. എലിയെ കൊല്ലാൻ രാസവിഷങ്ങൾ ഉപയോഗിക്കുന്നത് ഇല്ലം ചുടുന്നതിനേക്കാൾ വലിയ അവിവേകമാണ്. മിത്ര പ്രമാണികൾ വളരുന്ന ഒരാവാസ വ്യവസ്ഥ നിലനിർത്തുക വഴി മാത്രമേ മൂഷികന്മാരെ നേരിടാനാവുകയുള്ളൂ. പാമ്പും മൂങ്ങയുമാണ് എലികളുടെ മുഖ്യശത്രുക്കൾ.

ഒരു കഥകൂടി പറയാം. ആ വലിയ വീടിന്റെ മുറ്റത്ത് മാളത്തിൽ ഒരു കാളസർപ്പം താമസമുണ്ട്. വൃദ്ധനായ വേലക്കാരൻ ബ്രാഹ്മണൻ ഭോലാറാം അതിനെ കാണാറുണ്ട്. ഫണത്തിൽ മഹാവിഷ്ണുവിന്റെ മുദ്രയുള്ള കാളനാഗമാണ്. ഭക്തിയോടെ പരിപാലിക്കുന്നവർക്ക് സർവവിധ സൗഭാഗ്യങ്ങളും ഉണ്ടാവും. വിഷ്ണുദേവന്റെ പാമ്പ് ആരേയും ഉപദ്രവിക്കില്ലെന്ന് ഉറപ്പാണ്. എന്നാൽ വീട്ടിലെ തലതെറിച്ച പിള്ളേർക്ക് ഇതു വല്ലതും മനസിലാകുമോ? ഒരുദിവസം കാലാനാഗ് അവരുടെ കണ്ണിൽപ്പെട്ടു. കല്ലും വടിയുമെടുത്ത് കുട്ടികൾ അതിനെ നേരിട്ടു. എല്ലാവരും പച്ചപ്പരിഷ്കാരികളാണ്. പുതിയ ശാസ്ത്രവിദ്യാഭ്യാസം നേടിക്കൊണ്ടിരിക്കുന്നവർ. നടുവൊടിഞ്ഞ സർപ്പത്തെ ടിന്നിലിട്ടടച്ച് അവർ സ്കൂളിലേക്കു കൊണ്ടുപോയി. ബയോളജി മാസ്റ്റർക്കുള്ള കാണിക്ക. ടിൻ മേശപ്പുറത്തു വച്ച് മാസ്റ്റർ അതിന്റെ മൂടി തുറന്നു. കുട്ടികൾ ആകാംക്ഷയോടെ നോക്കിയിരിക്കെ ഒരു ചീറ്റൽ! തുടർന്ന് നടുവൊടിഞ്ഞ പാമ്പ് ഒറ്റക്കുതിക്ക് പുറത്തുവന്നു. മേശപ്പുറത്തുനിന്നു നിരങ്ങി അത് തറയിൽ വീണു. പിന്നെ പ്രയാസപ്പെട്ട് ഇഴഞ്ഞ് പുറത്തേക്കുള്ള വാതിലിനടുത്തേക്കു നീങ്ങി.

ആ സമയം തന്നെയാണ് ഭോലാറാം ഒരു തളികയിൽ പാലുമായി വെളിയിൽ പ്രത്യക്ഷപ്പെട്ടത്. ചോരയൊലിക്കുന്ന ഫണീന്ദ്രനെ ഒന്നേ നോക്കിയുള്ളൂ. കൂടുതലൊന്നും ആലോചിക്കാൻ നിൽക്കാതെ ആ സാധു അതിന്റെ വിടർത്തിയ ഫണത്തിനു മുമ്പിൽ സാഷ്ടാംഗം നമസ്കരിച്ചു.

പിന്നെ സംഭവിച്ചത്... വൃദ്ധന്റെ നെറ്റിയിൽ പാമ്പിന്റെ പല്ലുകൾ ആഴ്ന്നിറങ്ങി. ചോരനിറത്തിൽ ഒരു തിലകക്കുറി. വിഷ്ണുവിന്റെ മുദ്ര.

ഒന്നുകിൽ ഭോലാറാമന്റേതുപോലെ അന്ധമായ ഭക്തി. അല്ലെങ്കിൽ പരിഷ്കാരികളായ ഈ കുട്ടികളെപ്പോലെ യാന്ത്രികവും അശാസ്ത്രീയവുമായ പ്രതികരണം. ജീവന്റെ തുടിപ്പുകളെ വെറും പഠനമാതൃകയായി മാത്രം കാണുന്ന രീതിയും ശരിയല്ലെന്ന വിവേകമാണ് പരിസ്ഥിതി പഠനങ്ങളിലൂടെ ലഭിക്കുന്നത്. ആവാസവ്യവസ്ഥയിൽ ഓരോ ജീവിക്കും അതിന്റെ ഒരു ശരിയായ ഇടമുണ്ട്. ഇത്തരം തിരിച്ചറിവുകളല്ലേ ഇതുപോലെ ഒരു കഥയിൽ നിന്ന്* വായിച്ചെടുക്കേണ്ടത്?

ഏതായാലും മൂർഖൻ പാമ്പിനെക്കുറിച്ച് ഈ മാതിരി അന്ധവിശ്വാസങ്ങളൊന്നും കേരളക്കരയിൽ ഇല്ല. എങ്കിലും ഏറ്റവും ശ്രേഷ്ഠനായ ഒരു ദിവ്യ സർപ്പത്തെക്കുറിച്ചുള്ള സങ്കൽപ്പം നമ്മുടെ ചോരയിലും കുടിയിരിപ്പുണ്ട് എന്നു വേണം കരുതാൻ. ഇങ്ങനെയൊരു ദൈവത്തിനു വേണ്ടിയാണ് നമ്മുടെ പൂർവികർ സർപ്പക്കാവുകൾ ഉണ്ടാക്കി സംരക്ഷിച്ചത്. ഭക്തിയുടെ പേരിൽ നടത്തിയ ഇത്തരം പരിരക്ഷണ പ്രവർത്തനങ്ങൾ പ്രകൃതി സംരക്ഷണത്തിലെ ഏറ്റവും വിലപ്പെട്ട ഏടുകൾ തന്നെയായി മാറി. ജൈവവൈവിധ്യത്തിന്റെ കലവറകളാണ് ഇത്തരം വിശുദ്ധ വനങ്ങൾ. അതേസമയം പ്രകൃതിയെ സംരക്ഷിക്കേണ്ടത് അന്ധവിശ്വാസങ്ങൾ വളർത്തിക്കൊണ്ടാകരുത് താനും.

മൂർഖന്റെ ജീവിതചര്യകൾ ശ്രദ്ധിച്ചു മനസിലാക്കിയ അനേകം പ്രകൃതിനിരീക്ഷകരുണ്ട്. മിക്കവാറും സന്ധ്യാനേരത്തും പുലർകാലത്തും ഇരതേടിയിറങ്ങുന്ന ഒരു പാമ്പാണിത്. എലികളേയും കോഴിക്കുഞ്ഞുങ്ങളെയും തേടി വീട്ടിനകത്തു പോലും കയറും. കോഴിയെ പോറ്റുന്ന നാട്ടിൻപുറത്തുകാർക്ക് ഇതുമായി ബന്ധപ്പെട്ട് പല കഥകളും പറയാനുണ്ടാകും. രാത്രി അസമയത്ത് കോഴികൾ പേടിച്ചരണ്ട് ബഹളം വയ്ക്കുന്നതു കേൾക്കാം. കുറുക്കനാകും എന്നു കരുതി വീട്ടമ്മ വിളക്കുമായി ചെല്ലുമ്പോൾ കുഞ്ഞുങ്ങളിൽ ഒന്നിനെ വിഴുങ്ങി പുല്ലാനി മൂർഖൻ പതുക്കെ ഇഴഞ്ഞു നീങ്ങുന്നതു കാണുന്നു.

നേരത്തേ പറഞ്ഞില്ലേ, മനുഷ്യരെ ഇത്രയും പേടിക്കുന്ന മറ്റൊരു പാമ്പ് ഇല്ലെന്ന്. ചേര ഇത്തിരിക്കൂടി ധൈര്യം കാണിക്കുമെന്ന് സർപ്പവിജ്ഞാനികൾ പറയുന്നു. ഫണം വിടർത്തിചീറ്റുന്നത് സ്വരക്ഷ മുൻ നിർത്തിയാണ്. അല്ലാതെ ആരേയും ഉപദ്രവിക്കാനല്ല.

അപ്പോൾ മൂർഖന്റെ പകയോ? ഇത്രയും പ്രതികാരബുദ്ധിയുള്ള ഒരു പാമ്പ് വേറൊന്നില്ലെന്നാണ് പഴമക്കാർ പറയുക. എത്രയെത്ര നാടോടി പുരാവൃത്തങ്ങളാണ് ഇതിനെക്കുറിച്ച് ഉള്ളതെന്നോ? വഴിയിൽ കാത്തുനിന്നും നാഴികകളോളം പിന്തുടർന്നും കടലേഴും കടന്നും പകവീട്ടുന്ന പാമ്പുകൾ കഥകളിലുണ്ട്. എത്രമാത്രം ഭാവനാസമ്പന്നരായിരുന്നു

* *The Mark of Vishnu* - ഖുഷ്വന്ത് സിങ് ഇംഗ്ലീഷിൽ എഴുതിയ ചെറുകഥ.

നമ്മുടെ പൂർവികന്മാർ... വാമൊഴിയായി ഈ കഥകൾ തലമുറകൾക്കു രസം പകരുന്നു.

എങ്കിലും ഇത്തരം അതിശയോക്തികളുടെ ഉള്ളിന്റെ ഉള്ളിൽ സത്യത്തിന്റെ ഒരു ചെറുകണികയെങ്കിലും കണ്ടെത്തുവരില്ലേ? നിങ്ങൾ ഒരു പാമ്പിനെ ദ്രോഹിക്കുമ്പോൾ അതിന്റെ ഇണപ്പാമ്പ് ഓടിയെത്താം. ശത്രുവിനെ പിന്തുടർന്നുചെല്ലാം. ഫീറോമോണുകൾ എന്ന ഒരു സാധനമുണ്ടെന്നറിയാമല്ലോ. പാമ്പടക്കം പലജന്തുക്കളും ഈ രാസവസ്തു ഉൽപ്പാദിപ്പിക്കാറുണ്ട്. ഇവയുടെ ഗന്ധം വായുവിൽ കലർന്ന് രാസസന്ദേശങ്ങളായി പ്രവർത്തിക്കാറുണ്ട്. ഇതുവഴി അപകടങ്ങളെക്കുറിച്ചും മറ്റും ഇണകളെ വിവരമറിയിക്കാൻ കഴിയും. ഉറുമ്പുകൾ ഒന്നിനു പിറകെ ഒന്നായി വരിവരിയായി പോകുന്നതിനു പിന്നിൽ ഇത്തരം ഫീറോമോൺ മാജിക് ആണ് ഉള്ളത്. അതിശയോക്തിയുടെ വർണക്കുപ്പായമണിഞ്ഞ് പാമ്പിന്റെ പ്രതികാരകഥകൾ പ്രചരിക്കുന്നതിനു പിന്നിലും ഇത്തരം ഫീറോമോൺ മാജിക് ആവാം.

മൺസൂൺ കാലമാണ് മൂർഖൻ പാമ്പുകളുടെ ഇണചേരൽകാലം. മുട്ടയിടാൻ പിന്നെയും പത്തുമാസമെടുക്കും. ഒരുസമയം അറുപതുമുട്ടകൾ വരെയിടാം. ഏതാനും ദിവസമെടുക്കും മുട്ടകൾ മുഴുവൻ പുറത്തുവരാൻ നിലത്തോ മരപ്പൊത്തിലോ മറ്റുജന്തുക്കൾ ഉണ്ടാക്കിയ മാളത്തിലോ ചിതൽപ്പുറ്റിലോ മുട്ടയിടാം. പെൺപാമ്പുകൾ ഉത്സാഹപൂർവം അടയിരിക്കും. അപ്പോൾ 'മൂർഖത്തി'യുടെ മട്ടും മാതിരിയും ആകെമാറും. നിഴലിനെ കണ്ടാൽപ്പോലും ആക്രമിക്കും. ചിലപ്പോൾ ചാടിവന്ന് കൊത്തി എന്നുപോലും വരാം. വംശം നിലനിർത്താനുള്ള വ്യഗ്രത ഏതു സാധുജീവിയേയും ഉഗ്രമൂർത്തിയാക്കും എന്നു മനസിലാക്കിയാൽ മതി. ഇത്തരം സംഹാരരുദ്രകളെ വിവേകപൂർവം ഒഴിവാക്കുകയാണ് വേണ്ടത്. പിന്നെ ഈ അടയിരിപ്പുണ്ടല്ലോ, മുട്ടയ്ക്ക് ചൂടു പകരാനൊന്നുമല്ല. അടയിരുന്നില്ലെങ്കിലും മുട്ടവിരിയും. എങ്കിലും ഒന്നുപോലും പാഴായിപ്പോകുന്നില്ലെന്ന് പരമാവധി ഉറപ്പു വരുത്താൻ കാവൽ വേണ്ടിവരുമല്ലോ. അമ്പത്തിയെട്ട് ദിവസം കഴിയുമ്പോൾ നല്ല സ്വർണവർണത്തിലുള്ള കുഞ്ഞുങ്ങൾ മുട്ടകൾ പൊട്ടിച്ച് പുറത്തുവരും. പത്തി വിരുത്താനും ചീറ്റാനും വിഷം കുത്തിവയ്ക്കാനും കെൽപ്പുള്ള തനി മൂർഖന്മാർ തന്നെയാണ് ഈ കുഞ്ഞുപാമ്പുകൾ. ഒരുപാട് കുഞ്ഞുമൂർഖന്മാരെ ഒന്നിച്ചു കാണുന്നത് കണ്ണിന് ഉത്സവം തന്നെയാണ്.

ലോകത്തിൽ എവിടെയായാലും മൂർഖൻ പാമ്പുകൾ കടുത്ത വംശനാശ ഭീഷണിയെ നേരിടുന്നു.

6

വിഷപ്പാമ്പുകളുടെ രാജാവ്

രാജവെമ്പാല

വിഷപ്പാമ്പുകളുടെ രാജാവാര്? ഒരു സംശയവും വേണ്ട, രാജവെമ്പാലതന്നെ. രാജമൂർഖൻ, കരിനാടൻ എന്നീ പേരുകളിലും അറിയപ്പെടുന്ന ഈ വീരൻ വിഷപ്പാമ്പുകളിൽ വലിപ്പത്തിലും ഭാരത്തിലും ഏറ്റവും മുൻനിരക്കാരനുമാണ്.

പശ്ചിമഘട്ടത്തിലെ തണുപ്പുള്ള ഉൾക്കാടുകൾ, മനുഷ്യന് എത്തിച്ചേരാൻ പ്രയാസമുള്ള അസാം വനാന്തരങ്ങൾ, അന്തമാൻ-നിക്കോബാർ ദ്വീപുകളിലെ വർഷവനങ്ങൾ, ഹിമാലയൻ പർവതമേഖലകളിലെ ഇടതൂർന്ന വനാന്തരങ്ങൾ ഇ തെല്ലാം രാജനാഗത്തിന്റെ വിഹാര ഭൂമികളത്രെ. പർവതപ്രദേശങ്ങളിലെ കൊടുംകാടുകളാണ് ഏറ്റവും പഥ്യം എന്നാണു വിചാരിക്കേണ്ടത്. വെളിംപ്രദേശങ്ങളിൽ ഒരു മിന്നൽ പോലെ പ്രത്യക്ഷപ്പെടും അതേപോലെ പെട്ടെന്ന് കാണാതാവും. ചലനങ്ങൾ ദ്രുതം, ചടുലം. വഴിതെറ്റി മനുഷ്യവാസമുള്ള പ്രദേശങ്ങളിലും എത്തിച്ചേർന്ന് മനുഷ്യന്റെ കണ്ണിൽപ്പെട്ട് വാർത്തയാകാറുണ്ട്. മലവെള്ളപ്പാച്ചിലിലും മറ്റും പെട്ട് വരുന്ന ഇത്തരം പാമ്പുകളെക്കുറിച്ച് പണ്ടുള്ളവർ പറഞ്ഞു കേട്ടിട്ടുണ്ട്. കാട്ടിൽ പുനം

കൃഷിക്കും വള്ളിപ്പണിക്കും പോകുന്ന സ്ത്രീ–പുരുഷന്മാർ കരിനാടനെക്കുറിച്ചുള്ള അത്ഭുതകഥകൾ വിസ്തരിക്കാറുണ്ട്. ജനനാൽ തന്നെ കഥാകാരന്മാരായ ചിലരുടെ ഭാവനാവിലാസമാകും അതിൽ വലിയൊരംശവും എന്നുമാത്രം. *കേരളത്തിലെ വിഷപ്പാമ്പുകൾ* എന്ന തന്റെ ഗ്രന്ഥത്തിൽ ഡോ. കെ ജി അടിയോടി ഇതെക്കുറിച്ച് യുക്തിഭദ്രമായും വിസ്തരിച്ചും എഴുതിയിട്ടുണ്ട്.

പാമ്പിനെക്കുറിച്ചു പറയാൻ തുടങ്ങിയാൽ നാലുനാഴികനേരമെങ്കിലും നിർത്താതെ പറഞ്ഞുകൊണ്ടിരിക്കും എന്നാണ് വിശ്വാസം. പണ്ടുള്ളവരുടെ കാര്യത്തിൽ ഇതു ശരിയാണുതാനും. പ്രകൃതിയുമായി മല്ലടിച്ചു ജീവിക്കുന്നതിനിടെ പലപ്പോഴും ഇഴജീവികളുമായി ഉരസേണ്ടിവരും. വിശ്രമവേളകളിൽ ഇത്തരം അനുഭവങ്ങൾ കഥകളായി വിരിയും. ഒരാളുടെ കഥാകഥനം അവസാനിക്കേണ്ട താമസം മറ്റൊരാൾ തുടങ്ങുകയായി. അത് അങ്ങനെ തുടർന്നുകൊണ്ടിരിക്കും. പാമ്പിനെ കാണുകപോലും ചെയ്യാത്ത ഇന്നത്തെയാളുകൾക്ക് എന്ത് കഥ, എന്ത് ഭാവനാവിലാസം!

രാജവെമ്പാലയെ നേരിട്ടു കാണാൻ കഴിഞ്ഞിട്ടുള്ളവരുടെ എണ്ണം പണ്ടും വിരളമാണ്. അതുകൊണ്ട് ഇത്തരം കഥകൾ പലതും കേട്ടുകേഴ്‌വികളൊ അവയുടെ മാറ്റൊലികളൊ ആണ്. കരിനാടനെക്കുറിച്ചുള്ള മിത്തുകൾ പലതും ഇങ്ങനെയാണുണ്ടായത്. മാണിക്യക്കല്ലിന് കാവലിരിക്കുന്ന സർപ്പം, മാണിക്യം തലയിലേറ്റി നടക്കുന്ന സർപ്പം; കുട്ടികളായാലും വലിയവരായാലും ആരുടെ കണ്ണുകളിലാണ് കൗതുകം വിരിയാത്തത്?

രാജവെമ്പാലയുടെ മേനി കറുകറെ കറുത്തിട്ടാണെന്നു സൂചിപ്പിച്ചില്ലേ? ഈ മഷിക്കറുപ്പിനു കുറുകെ മേനിയിലങ്ങോളം കാണപ്പെടുന്ന വെളുത്ത വലയങ്ങൾ ഈ പാമ്പിന് അപൂർവമായ ഒരു സൗന്ദര്യദീപ്തി തന്നെ പ്രദാനം ചെയ്യുന്നു. അടിഭാഗത്തെ വെളുപ്പിൽ ഇളം കറുപ്പുവരകൾ വേറെയും. ഫണത്തിൽ കണ്ണട അടയാളമില്ലെന്നത് സാധാരണ മൂർഖൻപാമ്പുകളിൽ നിന്ന് രാജവെമ്പാലയെ വ്യത്യസ്തമാക്കുന്നു. കണ്ണടയുടെ അഭാവവും ഫണത്തിന്റെ വിടർച്ചക്കുറവും ഒരു കുറവായിത്തന്നെ അനുഭവപ്പെടും.

എന്നാൽ ഈ പാമ്പിനെ ഏതെങ്കിലും തരത്തിൽ പ്രകോപിപ്പിച്ചു നോക്കൂ. ഭാവമാകെ പെട്ടെന്നു മാറും. പത്തിവിടർത്തി ഏതാണ്ട് ഒരു മീറ്ററോളം പൊക്കത്തിൽ തലയുയർത്തി നിൽക്കും. ഏതു ധീരനേയും പേടിപ്പെടുത്തുന്ന കാഴ്ചയാണിത്.

കൂടുകൂട്ടുന്ന ഒരേയൊരു പാമ്പ് എന്ന ബഹുമതിയും വെമ്പാലയ്ക്കുള്ളതാണ്. കരിയിലയും മറ്റും ശേഖരിച്ച് നിലത്തു നിന്ന് ഏതാണ്ട് 20–30 സെന്റീമീറ്റർ പൊക്കമുള്ള കൂടാണുണ്ടാക്കുക. മുപ്പതോളം മുട്ടകൾ ഇടും. പെൺപാമ്പ് അടയിരിക്കും. അറുപതു ദിവസംകൊണ്ട് കുഞ്ഞുങ്ങൾ പുറത്തുവരും. മുട്ടത്തോടിനു വെളിയിൽ കടക്കുന്നതും കുഞ്ഞുങ്ങൾ പിരി

ഞ്ഞുപോകും. കുഞ്ഞായാലും ഇരപിടിത്തവും ആത്മരക്ഷയുമൊക്കെ സ്വയം ചെയ്തുകൊള്ളും.

മറ്റുപാമ്പുകളാണ് വെമ്പാല മൂർഖന്റെ പ്രധാന ആഹാരം. വിഷപ്പാമ്പായാലും പിടിച്ചു വിഴുങ്ങും. അണലിവിഷമായാലും മറ്റുപാമ്പുകളുടെ വിഷമായാലും മൂപ്പർക്ക് പ്രശ്നമല്ല.

ഒറ്റക്കൊത്തിന് ഒത്ത ഒരാനയുടെ കഥകഴിക്കാൻ ഒരു രാജവെമ്പാലയ്ക്കു കഴിയുമത്രെ! ഒരിരുപതു മനുഷ്യരെയെങ്കിലും കാലപുരിക്കയക്കാൻ ഈ വിഷം ധാരാളം.

വെമ്പാലവിഷം നാഡികളെ തളർത്തും. ഒറ്റക്കടിക്ക് കൂടിയ അളവിൽ വിഷം കുത്തിവയ്ക്കാൻ കഴിയുന്നതുകൊണ്ട് മരണം ഉറപ്പ്. എന്നാൽ വെമ്പാലയുടെ ദംശനമേറ്റവരുടെ വിശദാംശങ്ങൾ ലോകത്തെവിടെയും കിട്ടാനില്ലെന്നതാണ് വസ്തുത. കാരണം മനുഷ്യസമ്പർക്കത്തിൽ നിന്ന് അകന്നു ജീവിക്കുന്ന ഈ ജീവിയുടെ വിഷമേൽക്കാൻ സാധ്യത വളരെവിരളമാണെന്നതുതന്നെ. കടിയേൽക്കുന്നത് മിക്കവാറും പാമ്പിനെ വളർത്തുന്നവർക്കാണ്. നിരവധി തവണ കടിയേറ്റ് രക്ഷപ്പെട്ട ഒരാളേയുള്ളൂ– ബിൽഹാഴ്സ്റ്റ്– പ്രസിദ്ധനായ അമേരിക്കൻ സർപ്പവിദഗ്ധൻ.

കർണാടകസംസ്ഥാനത്തിലെ ഷിമൊഗ ജില്ലയിൽ ആഗുംബെ എന്ന ഒരു നിബിഡവനപ്രദേശമുണ്ട്. തെക്കെ ഇന്ത്യയിലെ ചിറാപ്പുഞ്ചി എന്ന പേരിൽ അറിയപ്പെടുന്ന സ്ഥലമാണിത്. ചിറാപ്പുഞ്ചി അഥവാ കഴി

പവിഴപ്പാമ്പ്

ഞ്ഞാൽ ഇന്ത്യയിൽ ഏറ്റവും മഴകിട്ടുന്ന പ്രദേശം ആഗുംബെ മഴക്കാടുകൾ തന്നെ. രാജ്യത്ത് രാജവെമ്പാലകൾ ഏറ്റവും അധികമുള്ളത് ആഗുംബെ മഴക്കാടുകളിലാണെന്ന് റോമുലസ് വിറ്റേക്കർ കണ്ടെത്തിയിട്ടുണ്ട്. ഈ വനങ്ങളിൽ ഏറെക്കാലം താമസിച്ച് പാമ്പുകളെക്കുറിച്ച്, പ്രത്യേകിച്ച് വെമ്പാല മൂർഖനെക്കുറിച്ച്, ഏറെ പഠിച്ച അസാധാരണ വ്യക്തികൂടിയാണിദ്ദേഹം.

എട്ടടി മൂർഖൻ, എഴുത്താണി മൂർഖൻ

പേരുകേട്ടാൽ തന്നെ പേടിയാവും. ഇത്തിരിയേ വലിപ്പമുള്ളൂ- 'കടിയേറ്റാൽ എട്ടടിനടക്കും മുമ്പ് കുഴഞ്ഞുവീണു മരിക്കും.? നിങ്ങൾ ഇതു വിശ്വസിക്കുന്നുണ്ടോ? കടിവായിൽനിന്ന് വിഷം ശരീരമാസകലം പടരാനുള്ള സമയമെങ്കിലും അനുവദിച്ചു കൊടുക്കണ്ടെ നുണക്കഥകൾ ചമയ്ക്കുന്നവർ? എന്നാലും, എത്ര വലിയ അതിശയോക്തിയാണെങ്കിലും അതിൽ ചില സത്യമെങ്കിലുമുണ്ടാവില്ലേ? പക്ഷേ, എട്ടടി മൂർഖൻ എന്ന ഒരു പാമ്പുണ്ടെങ്കിലല്ലേ? എഴുത്താണി മൂർഖനും ഇല്ല. മൂർഖ കുടുംബത്തിൽപ്പെട്ട ചിലതരം പവിഴപ്പാമ്പുകളെ (Coral snake) ഈ പേരു ചൊല്ലി വിളിക്കാറുണ്ട്. പവിഴപ്പാമ്പുകൾക്ക് മൂർഖനുമായി യാതൊരു ബന്ധവുമില്ല. ഫണവുമില്ല പവിഴപ്പുറ്റുമായും ബന്ധമില്ല. ഇവയുടെ വർണശബളിമയുടെ പേരിൽ അങ്ങനെ വിളിക്കുന്നു എന്നു മാത്രം.

പവിഴപ്പുറ്റുപാമ്പുകൾ പക്ഷേ, വിഷപ്പാമ്പുകൾ തന്നെയാണ്. വെള്ളിക്കെട്ടന്റെ വിഷത്തോടാണ് കൂടുതലടുപ്പം. എന്നാൽ തീരെ ചെറിയ പാമ്പുകളായതുകൊണ്ട് ഇവയുടെ കടിയേറ്റ് ആരെങ്കിലും മരിച്ച ചരിത്രമില്ല. ഇനി വൈദ്യസഹായം വൈകിയാലും പേടിക്കാനൊന്നുമില്ല. എന്നാൽ കടിച്ചത് ഈ രണ്ട് ഇനങ്ങളിൽ ഒന്നാണെന്ന് ഉറപ്പുവരുത്തണം. തീരെ ചെറിയ വിഷപ്പല്ലുകളായതുകൊണ്ട് ദംശനത്തിന്റെ പാടുകൾ നോക്കി തിരിച്ചറിയാനാകും. കുടുംബപ്പേരാകണം ഈ കിന്നരിപ്പാമ്പുകളെ മനുഷ്യന്റെ ശത്രുക്കളാക്കിമാറ്റിയത്. പക്ഷേ, തീരെ അലസന്മാരാണ്. ഇത്രയും ചുണകെട്ട അംഗങ്ങളെ മൂർഖൻ എന്നു വിളിക്കുന്നതു തന്നെ നാണക്കേടാണെന്നു ചിലർ പറയും. പക്ഷേ, ശാസ്ത്രീയമായി തരംതിരിവുകൾ ലക്ഷണങ്ങൾ നോക്കിയാണല്ലോ. മൂർഖന്റേതും വെള്ളിക്കെട്ടന്റേതും പോലെ നാഡികളെ ബാധിക്കുന്നതാണല്ലോ ഇതിന്റെ വിഷവും. എന്നാൽ അടിച്ചാലും തൊഴിച്ചാലും തലയുയർത്തില്ല. ആരേയും നോവിക്കില്ല. അത്രയ്ക്കും പാവമാണ് പവിഴപ്പാമ്പുകൾ.

അതുതന്നെയാണ് ഈ സുന്ദരിക്കുട്ടികളുടെ ശാപവും. മലമ്പ്രദേശങ്ങളിൽ പണിയെടുക്കുന്നവർ കരിയിലകൾക്കിടയിലും മറ്റും കിടക്കുന്ന പാമ്പുകളെയെല്ലാം കൊന്നുതീർത്തു. കേരളത്തിൽ ഇപ്പോൾ ഈ പാമ്പ് ജീവിച്ചിരിപ്പുണ്ടോ എന്ന കാര്യം തന്നെ സംശയം. എന്തായാലും ചില പ്രദേശങ്ങളിലെങ്കിലും വംശനാശം സംഭവിച്ചിട്ടുണ്ട്.

എഴുത്താണി മൂർഖൻ എത്ര വളർന്നാലും ഒരു എഴുത്താണിയുടെ

വലിപ്പത്തിനപ്പുറം വളരില്ല. ഒരു 30–33 സെന്റീമീറ്റർ പരമാവധി. കഴുത്തും തലയുടെ മുകൾഭാഗവും നല്ല കറുപ്പ്. കറുപ്പിൽ മഞ്ഞപ്പുള്ളികൾ. ശരീരം ബ്രൗൺ നിറത്തിലാണ്. വാലിൽ രണ്ടു കറുത്ത വലയങ്ങൾകൂടി കണ്ടാൽ സംശയം വേണ്ട 'എഴുത്താണി' തന്നെ. ജീവിതരീതിയൊക്കെ ഏതാണ്ട് എട്ടടിമൂർഖന്റേതു തന്നെ.

എട്ടടി മൂർഖൻ പക്ഷേ, കുറേക്കൂടി വലുതാണ്. ഏതാണ്ട് ഒരു മീറ്റർ വരെയുള്ളവപോലുമുണ്ട്. വണ്ണം പക്ഷേ, ചൂണ്ടുവിരലിന്റേതിലും കുറവ്. ഇളം പിങ്ക് നിറമുള്ള ശരീരത്തിൽ ഒരു പ്രത്യേകരീതിയിൽ അഞ്ച് കറുത്ത വലയങ്ങൾ കാണാം. നിറമുള്ള വാലുയർത്തി ചലിപ്പിച്ച് ഇര പിടിയന്മാരെ കളിപ്പിക്കാറുണ്ട്.

രാസകീടനാശിനികളുടേയും മറ്റും നിയന്ത്രണാതീതമായ ഉപയോഗം ഏറ്റവും ബാധിച്ചിരിക്കാനിടയുള്ള പാമ്പുകളാണ് പവിഴപ്പുറ്റുപാമ്പുകൾ.

7

വെള്ളിക്കെട്ടനും മഞ്ഞവരയനും

ശംഖുവരയൻ, വെള്ളിക്കെട്ടൻ, മോതിരവളയൻ, വളയിപ്പാൻ - നാടുമാറുമ്പോൾ ഒരേ പാമ്പിനുതന്നെ പേരുകൾ വേറെവേറെയാകുന്നു. ഇംഗ്ലീഷിലെ കോമൺ ക്രെയ്റ്റിന് (Common krait) പത്തിയില്ലാത്ത പുല്ലാനി മൂർഖൻ എന്നും പറയുന്നു. വിഷത്തിന് രാജവെമ്പാലയുടേതി നേക്കാൾ കൂടിയ വീര്യം. എന്നാൽ പരമപാവ മായതുകൊണ്ടും വിഷപ്പ

കോമൺ ക്രെയ്റ്റ്

ല്ലുകൾ താരതമ്യേന ചെറുതായതുകൊണ്ടും അപൂർവമായേ ജീവനു ഭീഷണിയാകാറുള്ളൂ. എന്നുവച്ച് ഉടൻ ചികിത്സ തേടാൻ ശ്രമിക്കാതിരിക്കരുത്.

എല്ലായിടത്തും കാണാം ഈ പാമ്പിനെ. വീട്ടുപരിസരങ്ങൾ പഥ്യം. കല്ലുകൾക്കിടയിലും വിള്ളലുകൾക്കിടയിലും കയറിക്കൂടും. ഈർപ്പവും തണുപ്പുമുള്ളയിടങ്ങൾ താവളമാക്കും. വീട്ടുപരിസരത്തു വെച്ചാണ് അധികം കടിയേൽക്കുക.

ഇരുണ്ട നീലനിറമായ മേനിയിൽ വാലറ്റംവരേക്കും വെളുത്തവളകൾ പോലെ വലയങ്ങൾ കാണുന്നതു കൊണ്ടാവാം വളയിപ്പാൻ എന്ന പേരുണ്ടായത്. വള അറുപതും തികഞ്ഞാൽ വെള്ളിക്കെട്ടൻ വേന്ദ്രനായി മാറുമെന്ന് നാട്ടിൻപുറത്ത് വിശ്വാസമുണ്ട്. വേന്ദ്രൻ രാജവെമ്പാലയാണ്! ഇരുണ്ട നീലനിറവും വലയങ്ങളുമൊക്കെയാവാം വലിയൊരു വെള്ളിക്കെട്ടനെ വെമ്പാലയുടെ കുഞ്ഞുരൂപമായിത്തോന്നിപ്പിക്കുന്നത്. എന്നാൽ ശൗര്യത്തിന്റെ കാര്യത്തിൽ രണ്ടുപാമ്പുകൾക്കും ആനയും ആടും തമ്മിലുള്ള വ്യത്യാസമുണ്ട്. വെള്ളിവരയൻ എത്ര മൂത്താലും അതിന് ഫണം ഉണ്ടാവില്ല താനും. ഒന്നരമീറ്റർമാത്രമാണ് പരമാവധി വലിപ്പം.

ബാൻഡഡ് ക്രെയ്റ്റ്

ശംഖുവരയന്മാരുടെ മറ്റൊരിനമാണ് മഞ്ഞവരയൻ എന്ന ബാൻഡഡ് ക്രെയ്റ്റ് (Banded krait) ഉത്തരേന്ത്യക്കാരുടെ രാജസർപ്പം ഇവനാണ്. ബംഗാളിൽനിന്നു കൊണ്ടുവന്ന ഒരൊറ്റയാൻ പാപ്പിനിശ്ശേരി പാമ്പുവളർത്തു കേന്ദ്രത്തിൽ ഉണ്ടായിരുന്നു. ഒന്നേമുക്കാൽ മീറ്ററോളം നീളം വരുമായിരുന്നു. നീണ്ടുരുണ്ട മേനിനിറയെ ഒന്നിടവിട്ട് മഞ്ഞയും കറുപ്പും വലയങ്ങൾ ഇതിന്റെയൊരു പ്രത്യേകതയാണ്. കഴുത്തിൽനിന്ന് കണ്ണിലേക്കു പടരുന്ന കറുത്തപുള്ളിയാണ് തിരിച്ചറിയാനുള്ള അടയാളം.

രാത്രിഞ്ചരനാണ് മഞ്ഞവരയനും. ആരേയും കടിച്ചതായി കേട്ടിട്ടില്ലെന്ന് രേഖകൾ പറയുന്നു. ഉഗ്രവിഷം ഇരയെക്കൊല്ലാൻ ഉപകരിക്കുന്നു.

ക്രെയ്റ്റ് വർഗത്തിൽ ഇനി മൂന്നാമതൊരു വകഭേദം കൂടിയുണ്ട്. ബ്ലാക് ക്രെയ്റ്റ് എന്ന കറുപ്പൻ. അസാമിലും ഡാർജിലിങ്ങിലും കണ്ടുവരുന്നു. കേരളത്തിൽ തീരെ ഇല്ല. ശരീരത്തിൽ വളകൾ ഇല്ലാത്തതുകൊണ്ട് പെട്ടെന്ന് തിരിച്ചറിയാൻ കഴിഞ്ഞെന്നുവരില്ല.

ശംഖുവരയൻ കടിച്ചാൽ വേദനയെക്കാൾ പുകച്ചിലാണ് അനുഭവപ്പെടുക. വയറ്റിൽ അസുഖം തോന്നും. വിഷം നാഡീകേന്ദ്രത്തെ ബാധിക്കുന്നതുകൊണ്ട് ശ്വാസോച്ഛ്വാസം തടസപ്പെടും. ഇതേ ലക്ഷണമാണ് മൂർഖവിഷത്തിനും.

മുട്ടയിട്ട് വംശംവർധിപ്പിക്കുന്നു. ഏപ്രിൽ മെയ് മാസങ്ങളാണ് പ്രജനനകാലം. മുട്ടകൾക്കു കാവലിരിക്കുന്ന സ്വഭാവമുണ്ട്. രണ്ടുമാസമെങ്കിലും വേണം വിരിയാൻ.

ഒരുകാര്യം കൂടി; ഒറ്റനോട്ടത്തിൽ വെള്ളിക്കെട്ടനാണെന്നു തോന്നുന്ന ഒരു പാമ്പുണ്ട് നമ്മുടെ നാട്ടിൽ. വിഷമില്ലാത്ത ജാതിയാണ്. പേര് വെള്ളിവരയൻ. ഇംഗ്ലീഷുകാരുടെ wolf snake. വെള്ളിക്കെട്ടനെന്നു ധരിച്ച് വെള്ളിവരയനെ പേടിച്ചോളൂ, തല്ലിക്കൊല്ലരുത്. അത്യപൂർവമായി കഴിഞ്ഞ ഒരു പാവം ഇഴജീവിയാണിത്. ഒന്നു തർക്കിച്ചു നോക്കിയാൽ വെള്ളിക്കെട്ടനിൽനിന്ന് ഇവനെ തിരിച്ചറിയാം. ശംഖുവരയന് ഇരുണ്ട നീലനിറമാണെങ്കിൽ വെള്ളിവരയന് ഇളം തവിട്ടു നിറമാണ്. ശരീരോപരിതലത്തിൽ അണ്ഡാകൃതിയിൽ ശൽക്കങ്ങളുടെ ശൃംഖല വെള്ളിക്കെട്ടനുണ്ട്. തിരിച്ചറിവിനുള്ള വ്യക്തമായ ഒരു സൂചന തന്നെയാണ് ഈ അടയാളം.

8

അണലിയും കടൽപ്പാമ്പുകളും

നാട്ടിൻപുറങ്ങളിൽ അതിസാധാരണമായിക്കണ്ടുവരുന്ന പാമ്പുകളിൽ ഒന്നാണ് അണലി എന്നും ചേനത്തണ്ടൻ എന്നുമൊക്കെ പേരുകൾ ഉള്ള റസൽസ് വൈപർ (Rus-sel's viper). ത്രികോണാകൃതിയിലുള്ള തലയും ചേനത്തണ്ടുപോലെയുള്ള തടിയും തലയെ ഉടലിൽ നിന്നു

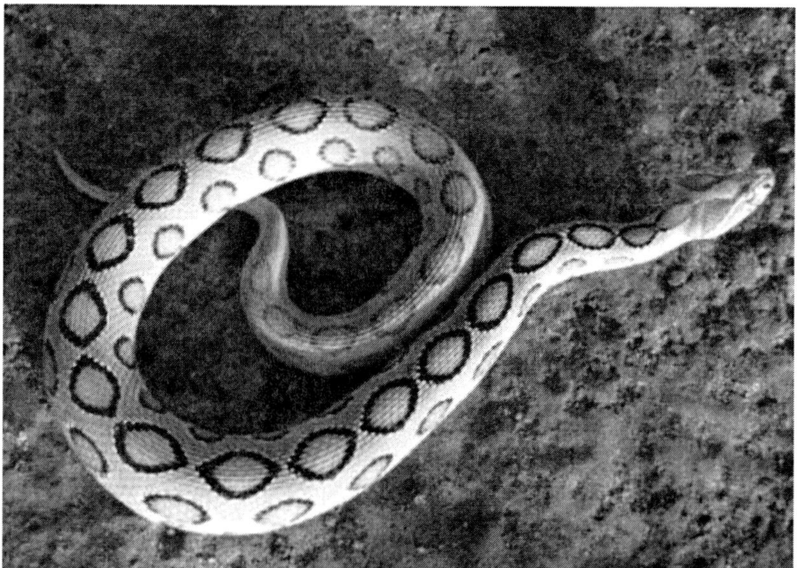

റസൽസ് വൈപർ

വേർതിരിക്കുന്ന ചെറിയ കഴുത്തും അണലിയെ എളുപ്പം തിരിച്ചറിയാൻ സഹായിക്കും. ബ്രൗൺ കളറുള്ള ദേഹത്തിൽ വെളുത്ത ബോഡറുള്ള കറുത്തപുള്ളികൾ കാഴ്ചയ്ക്ക് അതിമനോഹരം തന്നെയാണ്. പരിസരത്തിനോടിണങ്ങിച്ചേരുന്ന ശരീരം പുല്ലിനടിയിൽ കിടക്കുന്ന പാമ്പിനെ പെട്ടെന്നു തിരിച്ചറിയാൻ പ്രയാസമുണ്ടാക്കും. കുഞ്ഞു പ്രായത്തിൽ, പ്രത്യേകിച്ച് മഴക്കാലത്ത് ചെടിത്തലപ്പുകളിൽ കയറിക്കിടക്കും. പുല്ലു വെട്ടുന്നവർക്കും പൂപറിക്കുന്നവർക്കും കൈയിൽ കടിയേൽക്കാറുണ്ട്.

ആരെയും ഭയപ്പെടുത്തുന്നതാണ് അണലിയുടെ ചീറ്റൽ. മൂർഖൻ ഫൂ.. എന്ന ഒറ്റച്ചീറ്റൽകൊണ്ട് പേടിപ്പിക്കും. അണലി ഫൂ... ഫൂ എന്ന് ദീർഘനേരം ഊതിക്കൊണ്ടിരിക്കും. മനുഷ്യസമ്പർക്കത്തിൽ നിന്നും ഒഴിഞ്ഞുമാറിപ്പോകുമെങ്കിലും പ്രകോപനമുണ്ടാക്കിയാൽ ചാടിക്കടിക്കും. വഴിയിൽക്കിടന്ന്, വിളക്കില്ലാതെ നടക്കുന്നവർക്ക് (ചവിട്ടേറ്റാൽ) ശല്യമുണ്ടാക്കും. കടിക്കുമ്പോൾ മടക്കിവച്ച വിഷപ്പല്ല് നിവരും. നന്നായി കടിയേൽക്കും. കടിച്ചുപറിച്ചപോലെ തോന്നും. കടിവായ്ക്കു ചുറ്റുമുള്ള കോശങ്ങൾ മൃതമായി ജീർണിച്ച് ദീർഘകാലം പുണ്ണായിക്കിടന്നെന്നുവരും.

അണലിവിഷം രക്തക്കുഴലുകളെയാണ് ബാധിക്കുക. ചികിത്സ കിട്ടാൻ വൈകുന്തോറും രക്തലോമികകൾ ശിഥിലമായിക്കൊണ്ടിരിക്കും. മണിക്കൂറുകൾ കഴിയുന്നതോടെ മോണ, കണ്ണുകൾ, കുടല്, കിഡ്നി,

ആസ്പ് മൂർഖൻ

ത്വക്ക് എന്നീ ഭാഗങ്ങളിൽ നിന്നെല്ലാം രക്തം പൊടിയും. രക്തം ഛർദിക്കും. ഓരോ രോമകൂപത്തിൽനിന്നും ചോരവാർന്നു തുടങ്ങുന്ന അവസ്ഥയെന്നു പറഞ്ഞാൽ ഒട്ടും അതിശയിക്കേണ്ടതില്ല. കിഡ്നി തകരാറിലായിക്കഴിഞ്ഞിരിക്കും. ഡയാലിസിസ് വേണ്ടിവരും. എത്രവേഗം ശരിയായി ചികിത്സ കിട്ടുന്നോ അത്രയും അപകടസാധ്യത കുറയും. ഏറെ വൈകിയാൽ ഡയാലിസിസ് പോലും ഫലിച്ചില്ലെന്നു വരും. മൂന്നു മണിക്കൂറിനകം പ്രതിവിഷചികിത്സ (antivenin) നൽകുന്ന പക്ഷം ഒരുവിധം ശക്തിയുള്ള വിഷബാധയേറ്റവർ എല്ലാം രക്ഷപ്പെടും എന്ന് വിദഗ്ധർ ചൂണ്ടിക്കാട്ടുന്നു.

കുഞ്ഞുങ്ങളെ പ്രസവിക്കുന്ന പാമ്പാണ് അണലി എന്ന വിശേഷം കൂടിയുണ്ട്. ഒരു പ്രസവത്തിൽ നാൽപ്പതു മുതൽ നൂറുവരെ കുഞ്ഞുങ്ങൾ ഉണ്ടായെന്നുവരും. (ഇത്തരം ജനനങ്ങൾ ശരിയായ പ്രസവത്തിൽ നിന്നു വ്യത്യസ്തമാണു കേട്ടോ. സസ്തനികളിലേതുപോലെ ഭ്രൂണം മാതൃശരീരത്തിൽനിന്ന് പോഷണം സ്വീകരിക്കയൊന്നുമില്ല. മുട്ടകൾ പുറത്തുവരും മുമ്പ് മാതൃശരീരത്തിൽ വച്ചുതന്നെ വിരിയുന്നു എന്നുമാത്രം കൂട്ടിയാൽ മതി. ഒരുതരം കള്ള പ്രസവം)

മണ്ഡലി വാ പൊളിച്ചപോലെ എന്നൊരു ചൊല്ലുണ്ട്. ഇങ്ങനെ പോകുന്നു വിശ്വാസങ്ങൾ: വാ പൊളിച്ച് വല്ല ഇടവഴിയിലോ മൺകയ്യാലയിലോ കള്ളി – കൈതപ്പടർപ്പുകൾക്കിടയിലോ ഉഗ്രൻ കിടപ്പുണ്ടാകും. അതാണ് പരിസരമാകെ ദുസ്സഹമായ ഒരു മണംപടരുന്നത്. ചില പ്രത്യേക സീസണിൽ അസ്തമനത്തോടടുത്ത സമയത്ത് ഈ ഗന്ധം അതിന്റെ പാരമ്യത്തിലെത്തുന്നു. പാമ്പുകളുമായി ഇതിനു യാതൊരു ബന്ധവുമില്ല എന്നു വേണം വിചാരിക്കാൻ. ബാഷ്പീകരണ സ്വഭാവമുള്ള ചില ഗന്ധങ്ങൾ പുറപ്പെടുവിക്കുന്ന പല സസ്യങ്ങളും നമ്മുടെ ചുറ്റുപാടുകളിൽ ഉണ്ട്. ദുർഗന്ധത്തിന്റെ ഉറവിടം ഇത്തരം സസ്യങ്ങളാവാം. ശാസ്ത്രാന്വേഷണ പ്രോജക്റ്റുകളിലൂടെ കുട്ടികൾക്ക് ഈ ഉറവിടം കൃത്യമായി കണ്ടെത്താവുന്നതേയുള്ളൂ.

അണലികൾ ലോകത്തിന്റെ എല്ലാഭാഗത്തുമുണ്ടെന്നല്ലേ പറഞ്ഞത്. ഓരോ നാട്ടിനും അതിന്റേതായ അണലികളുണ്ട് എന്നു കാണാം. എല്ലാം കൂടി ഏതാണ്ട് ഇരുപത്തേഴോളം സ്പീഷീസുകളെ തിരിച്ചറിയാൻ കഴിഞ്ഞിട്ടുണ്ട്. ബ്രിട്ടീഷുകാരുടെ പ്രസിദ്ധമായ അഡ്ഡർ (adder) ഒരുതരം അണലിയാണ്. ആ നാട്ടിലെ ഏക വിഷപ്പാമ്പും ഇതുതന്നെ. (എന്നാൽ വിശ്വസുന്ദരി ക്ലിയോപാട്ര മരണത്തെ പുൽകാൻ തിരഞ്ഞെടുത്ത കൊച്ചു സർപ്പം അണലിയായിരുന്നില്ല. ഈജിപ്തിൽ കണ്ടുവരുന്ന ആസ്പ് (asp) എന്ന ചെറു മൂർഖനായിരുന്നു). മരിക്കാൻ മാത്രമല്ല മയക്കുമരുന്നായും പാമ്പുവിഷം പണ്ടുപണ്ടേ ഉപയോഗിച്ചുവരുന്നുണ്ട്. ലഹരിയാസ്വദിച്ച് രസിക്കാൻ വേണ്ടിമാത്രം പാമ്പുകളെക്കൊണ്ട് കടിപ്പിക്കുന്നവരെക്കുറിച്ച് ഒരു നിമിഷം ഓർത്തുനോക്കൂ!

അമേരിക്കക്കാരുടെ കിലുകിലുക്കിപ്പാമ്പ് (rattle snake) ഒരുതരം അണലിയാണ് (കുടുംബം ക്രൊട്ടലിഡെ. ഈ കുടുംബക്കാർ പക്ഷേ,

നമ്മുടെ നാട്ടിൽ ഇല്ല.) ഒരുതരം കുഴി അണലി (pitviper) ആണിത്. ഇത്തരം പാമ്പുകളുടെ നാസാദ്വാരങ്ങൾക്കടുത്ത് സൂക്ഷിച്ചുനോക്കിയാൽ ചെറിയൊരു കുഴി സ്ഥിതിചെയ്യുന്നുണ്ടെന്നു കാണാം. താപഗ്രാഹിയാണിത്. ഇതിനകത്തെ സംവേദനകോശങ്ങൾ ചുറ്റുവട്ടത്തെ ചെറുതാപവ്യതിയാനങ്ങൾ പോലും പിടിച്ചെടുക്കും. ഉഷ്ണരക്തമുള്ള ചെറുജീവികളെ (എലി, ചുണ്ടെലി) ഈ രീതിയിൽ ഇരുട്ടിൽപ്പോലും തിരിച്ചറിഞ്ഞ് ഭക്ഷണമാക്കാൻ കുഴിയണലികൾക്ക് പ്രത്യേക പാടവം തന്നെയുണ്ട്.

ലോകപ്രശസ്ത അമേരിക്കൻ എഴുത്തുകാരനായ മാർക്ക് ട്വയ്നേക്കുറിച്ചു കേട്ടിട്ടില്ലേ? നാട്ടിൻപുറങ്ങളുടേയും നദീപരിസരങ്ങളുടേയും കഥയെഴുതിയിട്ടുള്ള ഈ അനശ്വരകലാകാരൻ, റാറ്റിൽ പാമ്പുകളെയും പരിചയപ്പെടുത്തുന്നുണ്ട്. സഞ്ചാരിയും ജന്തുപരിപാലകനുമായ ജെറാഡ് ഡുറലും ഈ പാമ്പുകളെക്കുറിച്ച് പലതവണ എഴുതിയിട്ടുണ്ട്. അനിമൽ പ്ലാനറ്റും ജ്യോഗ്രഫിക് ചാനലും പതിവായി കാണുന്നവർക്ക് റാറ്റിൽ പാമ്പുകളെ നല്ലപരിചയമുണ്ടാകും. വാലിലെ ശൽക്കങ്ങൾ കട്ടിയുള്ള കിലുക്കികളായി രൂപം മാറിയിരിക്കുന്നത് ഇവയുടെ അസാധാരണമായ ഒരു സവിശേഷത തന്നെയാണ്.

വെള്ളത്തിൽ കഴിയാൻ ഇഷ്ടപ്പെടുന്ന ഒരു വീരനും കുഴിമണ്ഡലികളുടെ കൂട്ടത്തിലുണ്ട്. വടക്കേ അമേരിക്കക്കാരുടെ വാട്ടർമൊക്കസിൻ ആണ് ഈ ഒറ്റയാൻ.

റാറ്റിൽ പാമ്പുകളുടെ ദേശാന്തരഗമനം സുപ്രസിദ്ധമാണ്. തണുപ്പുകാലം തുടങ്ങുന്നതോടെ കിലോമീറ്ററുകൾ താണ്ടി ഇവ അന്യദേശങ്ങളിൽ എത്തും. എല്ലാ വർഷവും ഒരേ സ്ഥലത്താണ് ഒത്തുകൂടുക. കല്ലുകൾക്കിടയിലും കരിയിലകൾക്കിടയിലുമായി ആയിരക്കണക്കിന് അണലിപ്പാമ്പുകൾ സുഖസുഷുപ്തിയിലാണ്ടു കിടക്കും. ഇത്തരം ദൃശ്യങ്ങൾക്കും സാക്ഷികളാകാൻ പണ്ടുകാലത്ത് സഞ്ചാരികൾ എത്താറുണ്ടായിരുന്നു. പലരും ഇതിനെക്കുറിച്ച് വിസ്തരിച്ച് എഴുതിയിട്ടുമുണ്ട്. എന്നാൽ ഇത്തരം ടൂറിസം ഇന്ന് പ്രോത്സാഹിപ്പിക്കപ്പെടുന്നില്ല.

നമ്മുടെ മരമണ്ഡലിയും മുളമണ്ഡലിയും കുഴി അണലികളത്രെ. പേരു സൂചിപ്പിക്കുന്നതുപോലെ മുളയണലികൾ മുളങ്കാടുകൾ ഇഷ്ടപ്പെടുന്നു. വടക്കും കിഴക്കുമുള്ള മലമ്പ്രദേശങ്ങളിലാണ് മര അണലികൾ ഏറെയുള്ളത്. ചായത്തോട്ടങ്ങളിൽ പണിയെടുക്കുന്നവർക്ക് മുള മണ്ഡലി ഭീഷണിയാവാറുണ്ട്.

ചുരുട്ട മണ്ഡലി (sawscaled viper)

എവിടെ കല്ലും പാറയും പാറപ്പുല്ലുമുണ്ടോ അവിടെ ചുരുട്ടപ്പാമ്പിന്റെ സാന്നിധ്യവും പ്രതീക്ഷിക്കാം. പകൽ കല്ലിനടിയിൽ പതുങ്ങിക്കഴിയുകയും നേരം ഇരുട്ടാൻ തുടങ്ങുമ്പോൾ ഇരതേടി ഇറങ്ങുകയും ചെയ്യുന്ന അണലിച്ചുരുട്ടകൾ ആയിരക്കണക്കിനായി മലപ്രദേശങ്ങളിൽ ജീവിക്കുന്നു. പേടിച്ചാൽ, പ്രകോപിപ്പിച്ചാൽ അപ്രതീക്ഷിതമായി, ചാടിക്കടിച്ചെ

ചുരുട്ട മണ്ഡലി

ന്നുവരും. ചുരുളുന്നതുകൊണ്ട് ചുരുട്ടയെന്ന് പേരുണ്ടായി. വിഷപ്പല്ലുകൾ ചെറുതായതുകൊണ്ട് കടിച്ചാൽ ജീവാപായം അപൂർവമായേ സംഭവിക്കാറുള്ളൂ. എങ്കിലും അശ്രദ്ധമൂലം വിഷം മാരകമായേക്കാനിടയുണ്ട്. അണലിയായതിനാൽ പ്രസവിക്കുന്നു. മകരം–ധനുമാസങ്ങളിൽ പാറകളിൽ പുല്ലുവിളയുന്ന കാലം ചുരുട്ടപ്പാമ്പുകളുടെ വിളയാട്ടക്കാലമാണെന്നു പറയാറുണ്ട്. ഈ പുല്ല് വെട്ടി കെട്ടുകളാക്കി തലച്ചുമടായി വീട്ടിലെത്തിച്ചാണ് പണ്ടുകാലത്ത് ഓലപ്പുരകൾ മേഞ്ഞിരുന്നത്. പുല്ലുകൊയ്യുന്ന പെണ്ണുങ്ങൾക്ക് ഇവ ഭീഷണിയായിരുന്നു. അക്കാലമൊക്കെ പോയി വീടുകളുടെ മേൽപ്പുര ഓടോ കോൺക്രീറ്റോ ആയതോടെ പുരപ്പുല്ല് വേണ്ടാതായി. പല കാരണങ്ങളാൽ ചുരുട്ടകളുടെ എണ്ണവും കുറഞ്ഞിട്ടുണ്ട്.

19–ാം നൂറ്റാണ്ടിന്റെ അവസാനം ചുരുട്ടകളുടെ അനിയന്ത്രിമായ എണ്ണപ്പെരുപ്പം ഇന്ത്യയുടെ പലഭാഗത്തും ഗുരുതരമായ പ്രശ്നങ്ങൾ സൃഷ്ടിക്കുകയുണ്ടായി. 1876 കാലത്ത് മഹാരാഷ്ട്രയിലെ രത്നഗിരി ജില്ലയിൽ ഇവയുടെ എണ്ണം വല്ലാതെ വർധിച്ചു. ഉപദ്രവംകൊണ്ട് ജനം പൊറുതിമുട്ടി. പ്രശ്നം പരിഹരിക്കാൻ സർക്കാർ ഇടപെടേണ്ടി വന്നു. ചുരുട്ട അണലികളെ കൊന്ന് ഹാജരാക്കുന്നവർക്ക് അവയുടെ എണ്ണത്തിനനുസരിച്ച് ഗവൺമെന്റ് പാരിതോഷികം പ്രഖ്യാപിച്ചു. ഒറ്റ സീസണിൽ മാത്രം ആ രീതിയിൽ ഒന്നരലക്ഷത്തോളം പാമ്പുകൾ കൊല്ലപ്പെട്ടതായി രേഖയിൽ കാണുന്നു. ഇന്നോ, നിയമം കൊണ്ടുപോലും ഇവയുടെ നാശം തടയാനാവാതെ അധികാരികൾ വിഷമിക്കുന്നു.

Sawscaled viper എന്ന വിചിത്രമായ പേരിനാധാരം ഈർച്ചവാളിന്റെ അരികുപോലുള്ള ശൽക്കങ്ങളാണ്. ഇവ തമ്മിൽ ഉരസി പ്രത്യേക തരം ശബ്ദം പുറപ്പെടുവിക്കാറുണ്ട്. തലയിലെ വെളുത്ത അമ്പടയാളം അറക്കവാൾ ശൽക്ക അണലിയെ തിരിച്ചറിയാനുള്ള വ്യക്തമായ മുദ്രയാണ്.

കടൽപ്പാമ്പുകൾ

കടൽക്കരയിലൂടെ നടക്കുമ്പോൾ ചത്തുവീർത്ത പാമ്പുകളെ അറിയാതെ ചവിട്ടിപ്പോകാറുണ്ട് ഇല്ലേ? മുക്കുവർ വലിച്ചെറിഞ്ഞ ഇവയെ പക്ഷേ, പേടികൂടാതെ നിരീക്ഷിക്കാം. അകാശനീലിമയെ ആവാഹിച്ചെടുത്തതെന്ന തോന്നലുളവാക്കുന്ന പുറഭാഗവും തൂവെള്ള നിറത്തിലുള്ള തടിച്ച വയറും തുഴപോലെ പരന്നവാലുമൊക്കെയായി എല്ലാ കടൽപ്പാമ്പുകളും ഏതാണ്ട് ഒരേപോലെയാണ്. പരമാവധി വലിപ്പം 80–82 സെ മീ.

ഈ ഹൈഡ്രോഫിഡെ കുടുംബക്കാർ പക്ഷേ, വിഷവീര്യത്തിന്റെ കാര്യത്തിൽ കരയിലെ പാമ്പുകളെയെല്ലാം അതിശയിക്കും. ഇതുവരെ കണ്ടെത്തിയിട്ടുള്ള പത്തൊൻപതു സ്പീഷീസും വിഷമുള്ളവയത്രെ. ഫിലിപ്പൈൻസിലെ ഒരു ശുദ്ധജലവാസി ഒഴിച്ചുനിർത്തിയാൽ ഹൈഡ്രോഡിഫൈ കുടുംബക്കാരെല്ലാം ലവണ ജലവാസികളാണ്.

വിഷം നാഡികളെ ബാധിക്കുന്നതുകൊണ്ട് മൂർഖകുടുംബക്കാരുടേതുപോലെ, എന്നാൽ പതിന്മടങ്ങു വീര്യത്തോടെ പ്രവർത്തിക്കും. മീൻപിടുത്തക്കാർക്ക് പലപ്പോഴും ഭീഷണിയാകാറുണ്ട്. വള്ളങ്ങളിൽ കോരിയിട്ട മത്സ്യങ്ങളുടെ കൂട്ടത്തിൽ കടൽപ്പാമ്പും ഉണ്ടാകും. എന്നാൽ ശക്തിയായ പ്രകോപനമുണ്ടായാലേ കടിക്കാറുള്ളൂ. അതുകൊണ്ട് മുക്കുവർക്ക് ഇവയെ അത്ര പേടിയൊന്നുമില്ല. അത്ര വലിയ ശത്രുവായി കാണാറുമില്ല. അനായാസം പെറുക്കി കടലിലെറിയും.

ആസ്ത്രേലിയയിലെ stokes's sea snake

സമുദ്രജലവാസികളായ ഭീകര സർപ്പങ്ങളെക്കുറിച്ചുള്ള ചോര തണുപ്പിക്കുന്ന പല കഥകളും കടൽസഞ്ചാരികൾക്കിടയിൽ പ്രചാരത്തിലുണ്ട്. എന്നാൽ അത്തരം ഭീകരരൊന്നും ഇവയ്ക്കിടയിൽ ഇല്ലെന്നതത്രെ സത്യം. കുറുകിത്തടിച്ച ഈ കടൽജീവികളെ ഒരുതരത്തിലും ഭയങ്കരന്മാരായി കാണാനാവില്ല. ഇതുവരെ കണ്ടെത്തിയ കടൽപ്പാമ്പുകളിൽ ഏറ്റവും വലുത് ആസ്ത്രേലിയയിലെ stokes's sea snake ആണ്. ഇതിനുപോലും പരമാവധി നീളം 1.75 മീറ്ററും വണ്ണം 25 സെ മീറ്ററും മാത്രമേ വരൂ. തിമിംഗലങ്ങളെപ്പോലെ സ്രാവുകളെപ്പോലെ ഭീമാകാരമുള്ള ഇനങ്ങളൊന്നും കടൽപ്പാമ്പുകളുടെ കൂട്ടത്തിൽ ഇല്ലെന്നതാണ് സത്യം.

9

അപ്പോൾ നാം എന്തുചെയ്യണം?

പഴയ ഒരു നാടോടിക്കഥയിൽ വഴിയാത്രക്കാരെ ഉപദ്രവിക്കുന്ന ഒരു വിഷസർപ്പത്തെക്കുറിച്ചു പറയുന്നുണ്ട്. വയൽവരമ്പിലെ ഒരു മാളത്തിലാണ് മൂപ്പരുടെ താമസം. ആ വഴിപോകുന്നവരെയെല്ലാം അതു ഭീഷണിപ്പെടുത്തി. ഉപദ്രവിച്ചു. ഒരുദിവസം ഒരു സന്യാസി ആ വഴിയിലൂടെ നടന്നുപോവുകയായിരുന്നു. സർപ്പം ഫണം വിടർത്തി ചീറ്റിക്കൊണ്ട് പാഞ്ഞടുത്തു. ഒട്ടും ഭയപ്പെടാതെ ആ യതിവര്യൻ അതിനെ ഉപദേശങ്ങൾ കൊണ്ട് വശീകരിച്ചു. നിരപരാധികളായ ആളുകളെ ദംശിക്കുന്നത് തെറ്റാണെന്ന് അതിനു മനസിലായി. സർവർക്കും നന്മ ചെയ്തുകൊണ്ട് അഹിംസാ വാദിയായി ജീവിച്ചുകൊള്ളാമെന്ന് അത് സന്യാസിവര്യന് ഉറപ്പുകൊടുത്തു.

അന്നുതൊട്ട് ആ പാമ്പ് തികഞ്ഞ ഒരു സാത്വികനായി ജീവിതം ആരംഭിച്ചു. കണ്ണുകളിൽ കാരുണ്യം നിറഞ്ഞു. ഫണം വിടരാതായി. ചീറ്റൽ ശബ്ദം കേൾക്കാതായി. വഴിമുറിച്ചു കിടന്നാലും പഥികർക്ക് പേടികൂടാതെ യാത്ര തുടരാം. വായിൽ കൈയിട്ടാലും കടിക്കാത്ത ജന്തുവിനെ ആർക്കു പേടി. ആളുകൾ അതിനു നേരെ കല്ലുകൾ വലിച്ചെറിയാൻ തുടങ്ങി. വടികൊണ്ട് പെരുമാറി. നൊന്താലും ഭാവം മാറുകയില്ലെന്നു കണ്ട് കൂടുതൽ കടുത്ത പ്രയോഗങ്ങളാൽ രസിക്കാൻ തുടങ്ങി. അടിയും ഏറുമേറ്റ് പത്തി ചതഞ്ഞ് അസ്തപ്രാണനായി അതു വഴിയോരത്തു കിടന്നു.

ആ സമയം പഴയ സന്യാസി വീണ്ടും ആ വഴിക്ക് വന്നു. "ഗുരോ, അങ്ങയുടെ ഉപദേശം അക്ഷരംപ്രതി അനുസരിച്ചതിന്റെ ഫലമാണ് ഈ കാണുന്നത്." പാമ്പ് പറഞ്ഞു. "ആരേയും ഉപദ്രവിക്കരുതെന്നു ഞാൻ പറഞ്ഞതു ശരിയാണ്. പക്ഷേ, ഇങ്ങോട്ട് ഉപദ്രവിച്ചാൽ പത്തിചുരുട്ടി ഒതുങ്ങി നിൽക്കണമെന്ന് ഞാൻ പറഞ്ഞില്ല. കടിച്ച് വിഷമേൽപ്പിക്കാതെ

തന്നെ ശത്രുക്കളെ പേടിപ്പിക്കാൻ നിനക്ക് എന്തെല്ലാം വഴികൾ ഉണ്ടായിരുന്നു? നീ ഫണമുയർത്തിയോ? ചീറ്റിയോ? ഈ കഴിവുകളെല്ലാം നിനക്ക് പിന്നെ എന്തിനായിരുന്നു? പരമപാവങ്ങളെ ആരും ഭയപ്പെടുകയില്ലെന്ന് ഇപ്പോൾ മനസിലായില്ലെ?"

എന്താണ് ഈ കഥ നൽകുന്ന പാഠം? പാമ്പിനെന്നല്ല, എല്ലാ ജന്തുക്കൾക്കും ആത്മരക്ഷയ്ക്കായി ചില ആയുധങ്ങൾ പ്രകൃതിദത്തമായി ഉണ്ട്. പാമ്പിനെ സംബന്ധിച്ചിടത്തോളം അതിൽ പ്രാധാനം വിഷമാകാം. വിഷമില്ലാത്തവയാണെങ്കിൽ, അങ്ങനെയല്ല എന്ന തോന്നലെങ്കിലും ഉണ്ടാക്കി സ്വന്തം ജീവിതം സുരക്ഷിതമാക്കുന്നു. പൂർണമായ വംശനാശത്തിൽനിന്ന് അവ കുറേയെങ്കിലും രക്ഷപ്പെടുന്നത് ഈ അനുകൂലനങ്ങൾ മൂലമാണ്.

ചവിട്ടിയാൽ കടിക്കാത്ത ഏതു പാമ്പാണുള്ളത്. നമ്മുടെ അശ്രദ്ധയ്ക്കും അലംഭാവത്തിനും അഹങ്കാരത്തിനും ആ പാവം ജീവി എന്തു പിഴച്ചു? വിഷബാധയേറ്റാൽ പാമ്പിനെ കുറ്റം പറയാതെ എത്രയുംവേഗം രക്ഷാമാർഗങ്ങൾ സ്വീകരിക്കുകയാണ് വേണ്ടത്. കടിവായിൽനിന്ന് വിഷം ഹൃദയത്തിലെത്താൻ കുറേ സമയമെടുക്കും. അതിനിടയ്ക്ക് പ്രതിരോധമാർഗം സ്വീകരിക്കാൻ കഴിയുന്നപക്ഷം എത്ര കടുത്ത ദംശനമായാലും രക്ഷയുണ്ട്. എന്തൊക്കെയാണ് ഈ പ്രതിരോധ മാർഗങ്ങൾ? ഒരു വിദഗ്ധനോടു ചോദിക്കാം.

സർ, നാട്ടിൻപുറങ്ങളിൽ വിശേഷിച്ചും പാമ്പുകടി ഇന്നും ആയുസിനു ഭീഷണിയാണ്. മരണം ഒഴിവാക്കാൻ എന്തൊക്കെയാണ് വേണ്ടത്?

ശരിയാണ് കേരളത്തിന്റെ കാര്യം പറഞ്ഞാൽ പാമ്പുകടി ഇപ്പോഴും ജീവനു ഭീഷണിയാണ്. ആശുപത്രിക്കണക്കനുസരിച്ച് പ്രതിവർഷം 15000 –20000 ആളുകളെ പാമ്പു കടിക്കുന്നു. ഇതിൽ കുറഞ്ഞത് മുന്നൂറു പേരെങ്കിലും മരിച്ചുപോകുന്നു.

ഇതൊരു കുറഞ്ഞ മരണനിരക്കല്ലെ സാർ?

അങ്ങനെ പറയാനാവില്ല. കാരണം യഥാർഥത്തിൽ ഇത്രയുംപേർ മരിക്കേണ്ട യാതൊരു കാര്യവുമില്ല. തക്കസമയത്ത് ശരിയായ ചികിത്സ കിട്ടിയിരുന്നെങ്കിൽ മരണനിരക്ക് ഇതിന്റെ പകുതിപോലും വരില്ലായിരുന്നു. നല്ല വിദ്യാഭ്യാസമുള്ളവരല്ലെ നമ്മുടെ നാട്ടുകാർ? സാമൂഹ്യബോധത്തിന് എന്താ കുറവുണ്ടോ? അന്ധവിശ്വാസങ്ങളും കുറവാണെന്നല്ലെ വയ്പ്? എന്നിട്ടും ഇത്രയും ആളുകൾ പാമ്പുകടിച്ച് മരിക്കുന്നു എന്നു വച്ചാൽ...

ഇതിനെക്കാൾ കുറഞ്ഞ മരണനിരക്കാണോ മറ്റു രാജ്യങ്ങളിൽ?

തീർച്ചയായും അതെ.

എന്നുപറഞ്ഞാൽ... നമ്മുടേതുപോലെ പാമ്പിന്റെ ഉപദ്രവമുള്ള മറ്റൊരു നാടുതന്നെ ദൃഷ്ടാന്തമായി എടുത്തുകാട്ടണമല്ലോ. നമുക്ക് മലേഷ്യയെ എടുക്കാം. ചെറിയസ്ഥലം. പക്ഷേ, നമ്മുടെ നാട്ടിൽ ഉള്ളതിലും എത്രയോ കൂടുതൽ വിഷപ്പാമ്പുകളുണ്ട്. പാമ്പുകടിയുടെ എണ്ണവും ഏറെ

കൂടുതൽ. പക്ഷേ, പ്രതിവർഷം മരിക്കുന്നത് വെറും 16 പേർമാത്രം!

യഥാസമയം ചികിത്സ തേടുന്നതുകൊണ്ടായിരിക്കുമോ അത്? തീർച്ചയായും അതെ. അങ്ങനെ വരുമ്പോൾ വിദ്യാഭ്യാസമുള്ളവരുടെ വിവരക്കേടാണ് നമ്മുടെ ഈ അവസ്ഥയ്ക്ക് കാരണമെന്നു പറഞ്ഞാൽ തെറ്റാകുമോ?

ഒരിക്കലുമില്ല. പാമ്പിന്റെ വിഷമേറ്റാൽ ഒരേയൊരു ചികിത്സയേ ഉള്ളൂ. ആന്റിവെനം എന്ന പ്രതിവിഷം കുത്തിവയ്ക്കുക. അത് അധികം വൈകുന്നതിനുമുമ്പുതന്നെ വേണം. പക്ഷേ, നമ്മുടെ പലയാളുകൾക്കും അതു മനസിലാവില്ല. അവർ മുറിവൈദ്യന്മാരെ തേടും. മന്ത്രവാദത്തിനു പിറകെ പോകും. അത്ഭുതചികിത്സകൾക്കു നിന്നുകൊടുക്കും. ഇതൊന്നും ഫലവത്താകില്ല എന്നതാണ് യാഥാർഥ്യം.

പക്ഷേ, ഇത്തരം ചികിത്സകൾ ചെയ്തിട്ടും പലരും രക്ഷപ്പെടുന്നുണ്ടല്ലോ. ആന്റിവെനം കുത്തിവയ്ക്കാതെ...

മരണകാരണമാകും വിധത്തിൽ അവരുടെ ദേഹത്ത് വിഷം കയറിയിട്ടില്ല എന്നേ ഇതിന് അർഥമുള്ളൂ.

കോഴിയുടെ ഗുദം കടി വായിൽ ചേർത്ത് വിഷം മുഴുവൻ വലിച്ചെടുക്കുന്ന ഒരാളെ എനിക്കറിയാം സാർ. മറ്റൊരു ദിവ്യൻ കല്ലുകൊണ്ട് വിഷം വലിച്ചെടുക്കുന്നു.

ഇങ്ങനെ വലിച്ചെടുക്കാൻ പാകത്തിൽ വിഷം കടിവായിൽ തന്നെ നിന്നാലല്ലേ. നിമിഷങ്ങൾകൊണ്ട് അത് രക്തക്കുഴലുകളിലൂടെ ഹൃദയത്തിന്റെ നേർക്ക് സഞ്ചരിക്കാൻ തുടങ്ങിയിട്ടുണ്ടാവില്ലേ? അതിനെ മുഴുവൻ പിന്നോട്ടു വലിച്ചെടുക്കാം എന്നു പറഞ്ഞാൽ അതിൽ യാതൊരു യുക്തിയുമില്ല. ദിവ്യാത്ഭുതങ്ങളിലും മറ്റുമുള്ള വിശ്വാസം ഇപ്പോൾ കൂടിവരികയാണ്. ആൾദൈവങ്ങളും മന്ത്രവാദികളും എത്ര പറ്റിച്ചാലും ആളുകൾ പഠിക്കുകയില്ല. പിന്നെ പറഞ്ഞിട്ടെന്തു കാര്യം?

ആന്റിവെനത്തെക്കുറിച്ച് വിശദമായി പറഞ്ഞു തരൂ സാർ.

പ്രോട്ടീനുകളും മറ്റനവധി ജൈവരാസവസ്തുക്കളും ചേർന്ന ഒന്നാണ് വിഷം (venom). നിങ്ങൾക്കറിയാമല്ലോ ശരീരത്തിൽ ഏത് അന്യവസ്തു കടന്നാലും ശരീരം അതിനെ പ്രതിരോധിച്ച് ഒഴിവാക്കാൻ ശ്രമിക്കും. കാലിൽ മുള്ളു തറച്ചാൽ ആ ഭാഗത്തു പഴുക്കുന്നില്ലേ? അതുപോലെ പാമ്പുവിഷവും ഒരന്യവസ്തുവാണ്. അതിനെതിരെ രക്തം ഒരു എതിർവസ്തു ഉണ്ടാക്കാൻ തുടങ്ങും. വിഷത്തിന് (വെനം) എതിരെ പ്രവർത്തിക്കുന്നത് പ്രതിവിഷം (ആന്റിവെനം) ആന്റിവെനിൻ എന്നും പറയാറുണ്ട്. എന്നാൽ വിഷപ്പാമ്പ് കടിച്ചതും ഒറ്റയടിക്ക് പ്രതിവിഷം ഉണ്ടാവുകയില്ല. അതിന് ഏറെ സമയമെടുക്കും. അതുകൊണ്ട് കൂടിയ അളവിൽ വിഷംകടന്നാൽ അതിനെ ചെറുക്കാൻ ആവശ്യമായ പ്രതിവിഷം ഉണ്ടാകും മുമ്പേ വിഷം പ്രവർത്തിച്ച് ശരീര പ്രവർത്തനങ്ങൾ ശിഥിലമായിക്കളയും.

പിന്നെ ആന്റിവെനം രക്ഷകനാകുന്നത് എങ്ങനെയാണ്?

ഏതെങ്കിലും ഒരു മൃഗത്തിൽ, ഉദാഹരണമായി കുതിരയിൽ, പശുവിൽ, ആടിൽ പ്രതിവിഷം ഉൽപ്പാദിപ്പിക്കുന്നതിനെക്കുറിച്ച് ആലോചിച്ചു നോക്കൂ. കുറേശ്ശകുറേശ്ശയായി ഈ മൃഗങ്ങളിൽ വിഷം കുത്തിവയ്ക്കുന്നു. പതുക്കെ പതുക്കെ ഇവയുടെ രക്തത്തിൽ ആന്റിവെനം രൂപം കൊള്ളും. അങ്ങനെ ക്രമത്തിൽ നല്ലശക്തിയുള്ള പ്രതിവിഷം തന്നെ ഉണ്ടാകും. കുത്തിവെച്ചത് ചെറിയ അളവിലായതുകൊണ്ട് നേരത്തേ പറഞ്ഞ മൃഗങ്ങൾക്ക് ആപത്തു സംഭവിക്കുകയുമില്ല.

ഇപ്പോൾ മനസിലാവുന്നു. സാർ പറഞ്ഞ രീതിയിൽ കുതിരയിലും മറ്റും ഉണ്ടാക്കിയെടുത്ത ആന്റിവെനം ആണ് സർപ്പവിഷത്തിനെതിരെ ആശുപത്രികളിൽ ഉപയോഗിച്ചു വരുന്നത് അല്ലേ?

ശരിയാണ് ഇതാണ് ആന്റിസ്നക്ക്വെനം അഥവാ ASV

കസൗളിയിലെ സെൻട്രൽ റിസർച്ച് ഇൻസ്റ്റിറ്റ്യൂട്ട്, മുംബൈയിലെ ഹാഫ്ക്കിൻസ് ബയോ ഫാൻസ്യൂട്ടിക്കൽ ഇൻസ്റ്റിറ്റ്യൂഷൻ എന്നിവിടങ്ങളിൽ ASV നിർമിച്ചുവരുന്നു.

ആന്റിവെനിൻ 3–4 ശതമാനം ആളുകളിൽ അലർജി ഉണ്ടാക്കുന്നതായി കണ്ടിട്ടുണ്ട്. ഇതു പരിഹരിക്കാനുള്ള ശ്രമങ്ങൾ വിജയം കണ്ടുകഴിഞ്ഞു. ഉദാഹരണമായി ആടുകളെ ഉപയോഗിച്ചുണ്ടാക്കുന്ന പ്രതിവിഷങ്ങൾക്ക് ഈ ദോഷം കുറവാണത്രെ. കോഴിമുട്ടയിൽനിന്ന് ഉണ്ടാക്കുന്ന ആന്റിവെനിൻ മരുന്നാണ് ഈ മേഖലയിൽ ഏറ്റവും പുതിയത്. ഗുണം ഏറെമെച്ചം, വിലയോ ഏറെ തുച്ഛവും – ഇതാണത്രെ മുട്ടപ്രതിവിഷങ്ങളുടെ ഏറ്റവും വലിയ മേന്മ.

ഇതു പെട്ടെന്നു കുത്തിവയ്ക്കേണ്ടിവരുമല്ലോ ഇല്ലേ?

എത്രവേഗത്തിൽ കുത്തിവയ്ക്കുന്നൊ അത്രയും നന്ന്. ഒരു മൂന്ന്–നാലുമണിക്കൂറിനകം കുത്തിവെപ്പു കിട്ടിയാൽ മിക്കവാറും ആളുകളും രക്ഷപ്പെടും. ഒരു മണിക്കൂറിനകം കൊടുത്താൽ ഏതുഗ്രവിഷത്തേയും ചെറുത്തു തോൽപ്പിക്കാം, ഉറപ്പ്.

ഏതു പാമ്പായാലും ഒരേ ASV തന്നെ മതിയാകുമോ?

ഇപ്പോൾ അത്തരം ASV (Polyvalent Antivenom) ലഭ്യമാണ്. പാമ്പ് കടിയേറ്റാൽ ഏതു പാമ്പാണ് കടിച്ചതെന്ന് വേവലാതിപ്പെടേണ്ട. പാമ്പിനെ കണ്ടെത്താൻ ബുദ്ധിമുട്ടേണ്ട. നേരെയങ്ങ് ASV കിട്ടുന്ന ആസ്പത്രിയിൽ ചെന്നാൽ മതിയാകും.

ചിലർ കടിച്ച പാമ്പിനെ തേടിപ്പിടിച്ച് തച്ചുകൊന്ന് ചികിത്സാലയത്തിലേക്ക് കൊണ്ടുപോകാറുണ്ട്.

അയ്യോ അത്തരം വിഡ്ഢിത്തമൊന്നും ചെയ്തേക്കരുത്. ഇന്ത്യൻ വൈൽഡ് ലൈഫ് ആക്ടിന്റെ രണ്ടാം പട്ടികയിൽ ഉൾപ്പെടുത്തി സംരക്ഷിച്ചിട്ടുള്ള ജന്തുക്കളാണ് എല്ലാ പാമ്പുകളും. അവയെ പിടിക്കുന്നതും കൊല്ലുന്നതും കടുത്തകുറ്റമാണ്.

വിഷപ്പാമ്പായാലും കൊന്നു കൂടെന്നൊ?

പാടില്ല. പാമ്പുകടിക്കുന്നത് അതിന്റെ കുറ്റം കൊണ്ടല്ലല്ലോ. നമ്മുടെ

അശ്രദ്ധ മൂലമല്ലേ? പിന്നെ, നേരത്തെ പറഞ്ഞ കാര്യം ഓർമയില്ലേ? ആകെക്കൂടി എത്ര പാമ്പുകൾക്കാണ് വിഷമുള്ളത്? ഇനി വിഷമേറ്റാൽ തന്നെ ആളെക്കൊല്ലാൻ തക്കശക്തി അപൂർവം ഇനങ്ങൾക്കു മാത്രമല്ലെ ഉള്ളൂ. അവ കടിച്ചാൽത്തന്നെ തക്കസമയത്ത് ചികിത്സ നടത്തിയാൽ ജീവൻ രക്ഷിക്കാനാവും. 85 ശതമാനം പേർക്കും പ്രാഥമിക ചികിത്സ തന്നെ ധാരാളം മതിയാവും.

എന്താണ് ഈ പ്രാഥമിക ചികിത്സ?

രോഗിക്ക് ഒട്ടുമേ ഭയം തോന്നരുത്. അയാളെ അവളെ അതുമിതും പറഞ്ഞ് ഭയപ്പെടുത്തരുത്. പേടിച്ചാൽ ഹൃദയമിടിപ്പ് ഉയരും. വിഷം കൂടുതൽ വേഗത്തിൽ വ്യാപിക്കും. വ്യാപനം വൈകിപ്പിക്കുവാനാണ് പ്രഥമ ശുശ്രൂഷ ചെയ്യുന്നത്. ഇക്കാരണത്താൽ കുടിയേറ്റയാൾ നടക്കുന്നതു പോലും ശരിയല്ല. ആളെ എടുത്തു കൊണ്ടുപോകാൻ ശ്രദ്ധിക്കണം. പിന്നെ മറ്റൊരു പ്രധാനകാര്യമുണ്ട്. ചികിത്സയെക്കുറിച്ച് ഓരോരുത്തരും ഓരോന്നുപറയും. അതുമിതും കേട്ട് അവിടെയുമിവിടെയും കൊണ്ടുപോയി സമയം കളയരുത്.

അപ്പോൾ ചികിത്സാലയത്തിൽ എത്തിക്കും മുമ്പുള്ള പ്രാഥമിക ചികിത്സകൾ?

അധികമൊന്നും വേണ്ട കൈകാലുകളിലാണ് കടിയേറ്റതെങ്കിൽ കടിവായ്ക്കു മുകളിൽ കെട്ടാം. പക്ഷേ, വളരെ ശ്രദ്ധിക്കണം. കെട്ടുമുറുക്കരുത്. മുറുകിയാൽ ചോരയോട്ടം നിൽക്കും. ചോരയോട്ടം മാത്രമല്ല, നീരോട്ടവും നിൽക്കും. ഞരമ്പുകളിലും (നാഡികൾ) തടസമുണ്ടാവും. കെട്ടിനു താഴെ മരവിക്കും. കോശനാശം സംഭവിക്കും. വെളുക്കാൻ തേച്ചത് പാണ്ടാവും. അതുകൊണ്ട് കെട്ടിലൂടെ ഒരു വിരൽ അനായാസമായി തിരുകിക്കയറ്റാൻ വേണ്ട അയവുവരുത്തിമാത്രം കെട്ടുക. മറ്റുശുശ്രൂഷകൾ– കടിവായ് കഴുകൽ, കടിവായ്കീറൽ, കടിവായിൽ ചുണ്ടു ചേർത്തു രക്തം വലിച്ചെടുക്കൽ തുടങ്ങിയുള്ള അഭ്യാസങ്ങളൊന്നും ഒരിക്കലും പാടില്ല.

പാമ്പുവിഷം മറ്റുരീതികളിലും ജീവൻ രക്ഷിക്കാൻ പ്രയോജനപ്പെടുന്നുണ്ട് എന്നുകൂടി അറിയുക. കഠിനമായ വേദനകൾ നിവാരണം ചെയ്യാൻ ഉപയോഗിച്ചുവരുന്ന കോബ്രോക്സിൻ എന്ന മരുന്ന് മൂർഖൻ വിഷത്തിൽ നിന്നാണ് ഉണ്ടാക്കുന്നത്. ഗർഭാശയ രക്തസ്രാവം തടയാൻ അണലിവിഷം ഔഷധമായി ഉപയോഗിച്ചു വരുന്നു. ഹീമോഫിലിയ (രക്തം കട്ടകെട്ടാതിരിക്കുന്ന അവസ്ഥയെ തുടർന്ന് ഉണ്ടാകുന്ന അതികഠിനമായ രക്തസ്രാവം) രോഗികൾക്കും അണലി വിഷം കൊണ്ടുള്ള മരുന്നുകൊടുക്കാറുണ്ട്.

ഈ രംഗത്ത് കൂടുതൽ ഗവേഷണങ്ങൾ പുരോഗമിച്ചു വരികയാണ്. മലയൻ കുഴിഅണലിവിഷത്തിൽ നിന്ന് പക്ഷാഘാതം വന്നു തളർന്നതലച്ചോറിലെ രക്തക്കട്ടകൾ അലിയിക്കുന്നതിനുള്ള സിദ്ധൗഷധം നിർമിച്ചു കഴിഞ്ഞു. കോപ്പർ ഹെഡ് ഇനം അണലികളുടെ വിഷം സ്തനാർബുദ ചികിത്സയിൽ സ്ഥാനം നേടാൻ പോകുന്നു. മൂർഖൻ വിഷം

പാർക്കിൻസൺ, അൽഷിമേഴ്സ് രോഗങ്ങൾക്ക് പ്രതിവിധിയായി അംഗീകരിക്കപ്പെട്ടു കഴിഞ്ഞു. ഹൃദ്രോഗചികിത്സയിൽ രക്തം നേർപ്പിക്കാനുള്ള മരുന്നായും ഉപയോഗപ്പെടുത്താം. റാറ്റിൽ പാമ്പുവിഷത്തിൽ നിന്ന് രക്തസമ്മർദം കുറയ്ക്കുന്നതിനുള്ള മരുന്ന് ഉടനെ ഉണ്ടാകും. ചുവന്ന കഴുത്തുള്ള തുപ്പും മൂർഖന്റെ വിഷത്തിൽനിന്ന് രക്താർബുദചികിത്സക്കുള്ള ഒരു മരുന്നും നിർമിച്ചു കഴിഞ്ഞു. ഇത്തരം പല ഔഷധങ്ങളും ഇപ്പോൾ പരീക്ഷണഘട്ടത്തിലാണ്.

പാമ്പു വിഷം നാടൻ ചികിത്സയിലും ഉപയോഗിക്കാറുണ്ടല്ലോ?

നാടൻചികിത്സയിൽ പാമ്പുവിഷം പണ്ടു മുതൽക്കേ ഉപയോഗിക്കാറുണ്ട്. പുരാതന ഗ്രീസിലെ എസ്ക്ലെപിയസ് ദേവന്റെ അമ്പലങ്ങൾ പാമ്പുവിഷം ഉപയോഗിച്ചുള്ള ചികിത്സയ്ക്ക് ഏറെ പ്രസിദ്ധമായിരുന്നു. വിഷവീര്യം കുറഞ്ഞ ഒരുതരം പാമ്പിനെക്കൊണ്ട് മുറിവുകളും പുണ്ണുകളും നക്കിച്ച് ഉണക്കുമായിരുന്നു. ആധുനിക ചികിത്സാശാസ്ത്രത്തിന്റെ ചിഹ്നത്തിലെ വടിയും പാമ്പും ശ്രദ്ധിച്ചിട്ടില്ലേ? മേൽപ്പറഞ്ഞ ആരോഗ്യദേവതയുടേതാണ് ഈ ദിവ്യദണ്ഡും ദിവ്യസർപ്പവും.

ആധുനിക ചികിത്സാശാസ്ത്രത്തിന്റെ ചിഹ്നം

അപ്പോളോയുടേയും കോർണിസിന്റേയും പുത്രനാണ് എസ്ക്ലെപിയസ്. സർപ്പങ്ങളെ ഉപയോഗിച്ച് ഈ വൈദ്യദേവൻ ചത്തവരെപ്പോലും ജീവിപ്പിച്ചിരുന്നു എന്നാണ് ഐതിഹ്യം. ഇതോടെ ഭൂമിയിൽ ജനസംഖ്യ പെരുകി. സ്വർഗനരകങ്ങൾ ശൂന്യമായി. കാലനു പണിയില്ലാതായി. ദേവന്മാർ പരിഭ്രാന്തരായി. പ്രശ്നം ദേവേന്ദ്രനായ സിയൂസിന്റെ ശ്രദ്ധയിൽപ്പെട്ടു. സിയൂസ് ഇടിമിന്നലയച്ച് എസ്ക്ലെപിയസിനെ വധിച്ചു. ആരാധകർ അമ്പലങ്ങൾ പണിത് തങ്ങളുടെ ഇഷ്ടദേവതയെ കുടിയിരുത്തി. ഈ ദേവാലയങ്ങൾ ചികിത്സാലയങ്ങൾ കൂടിയായിരുന്നു. ഇവ പിന്നീട് 'ഹോസ്പിറ്റൽ' ആയി അറിയപ്പെട്ടു. എസ്ക്ലെപിയസ് – ഹോസ്പിറ്റൽ – ആസ്പത്രി എങ്ങനെയുണ്ട്?!

ഹോമിയോപതിയിലും പാമ്പുവിഷം ഉപയോഗിക്കാറുണ്ടെന്നു കേട്ടിട്ടുണ്ട്.

ഹോമിയോചികിത്സയിൽ അപസ്മാരം, ആസ്മ, ശ്വാസകോശവീക്കം, മസ്തിഷ്ക വീക്കം തുടങ്ങി ഒട്ടേറെ രോഗങ്ങൾക്ക് പ്രതിവിധിയായി പാമ്പുവിഷം ഉപയോഗപ്പെടുത്താറുണ്ട്. ഹൈദരാബാദിലെ ഇൻസ്റ്റിറ്റ്യൂട്ട് ഓഫ് സെല്ലുലാർ ആന്റ് മോളിക്കുലാർ ബയോളജി എന്ന സ്ഥാപ

നത്തിൽ ജനിതകപരീക്ഷണങ്ങളുടെ ഭാഗമായി ഡി എൻ എ തന്മാത്രകളെ മുറിക്കാനുള്ള ജൈവ കത്രികയായി പാമ്പുവിഷത്തിൽ നിന്നെടുത്ത ചില രാസാഗ്നികൾ ഉപയോഗിക്കുന്നുണ്ടത്രെ.

പാമ്പുവിഷം ചെറുമാത്രകളായി നിത്യവും കുത്തിവയ്ക്കുന്ന പക്ഷം മൃഗങ്ങളുടെ ശരീരത്തിൽ എന്നപോലെ നമ്മുടെ ശരീരത്തിലും പ്രതിവിഷം (ആന്റിവെനിൻ) രൂപംകൊള്ളും. ഇങ്ങനെയുള്ളവരെ വിഷപ്പാമ്പ് കടിച്ചാലും പ്രശ്നമുണ്ടാവില്ല. പാമ്പുകളോടൊത്തു ജീവിക്കുന്നവരും മറ്റും ഈ രീതിയിൽ പ്രതിരോധം നേടിയെടുത്ത്, ആയുസിനുള്ള ഭീഷണിയെ അതിജീവിക്കാറുണ്ട്. ബിൽ ഹാഴ്സ്റ്റിനെക്കുറിച്ചു പറഞ്ഞതോർമയില്ലേ? ഈ മനുഷ്യനെ കുറഞ്ഞത് നൂറുതവണയെങ്കിലും വിഷപ്പാമ്പ് കൊത്തിയിട്ടുണ്ടാകുമെന്നാണ് പറയുന്നത്. രാജവെമ്പാലയുടെ വിഷം പോലും ഏശിയില്ലത്രെ. കടിയേറ്റ ഒരാളെ സ്വന്തം രക്തം നൽകി അദ്ദേഹം രക്ഷിച്ചതായും രേഖയുണ്ട്. സ്വരക്ഷയെമാത്രം മുൻനിർത്തിയായിരുന്നില്ല ഹാഴ്സ്റ്റിന്റെ ഇത്തരം പരീക്ഷണങ്ങൾ. പാമ്പുവിഷത്തിന്റെ സാധ്യതകളെക്കുറിച്ചു മനസിലാക്കാൻ സ്വയം ഒരു ഗിനിപ്പന്നിയായി മുന്നോട്ടു വരികയായിരുന്നു ഈ ജീവശാസ്ത്രജ്ഞൻ.

പാമ്പുകളെ ഉപദ്രവിക്കാതെ വിഷം 'കറ'ന്നെടുക്കാവുന്നതേയുള്ളൂ. മദിരാശി പാമ്പുവളർത്തു കേന്ദ്രത്തോടനുബന്ധിച്ച് ഇതിനായി ഒരു സഹകരണസംരംഭം തന്നെ പ്രവർത്തിക്കുന്നു. പാമ്പുപിടുത്തം ഉപജീവനമായി കൊണ്ടു നടക്കുന്ന ഇരുളർ എന്ന ആദിവാസി വിഭാഗമാണ് ഇതിന്റെ സഹകാരികൾ. മുൻകാലങ്ങളിൽ ഇവർ പാമ്പുകളെ കൊല്ലുമായിരുന്നു. ഇതിന്റെ പേരിൽ ഇവരുടെ തൊഴിൽ മുടക്കാതെ, തൊഴിൽ സംരക്ഷണവും ഒപ്പം പാമ്പു പരിരക്ഷണവും ഉറപ്പു വരുത്തുന്ന ഭാവനാസമ്പന്നമായ ഒരുപരിപാടിക്ക് റോമുലസ് വിറ്റേക്കർ നേതൃത്വം നൽകി. അങ്ങനെ പാമ്പുവിഷം ശേഖരിക്കുന്നതിനുള്ള ഇരുളരുടെ സഹകരണസംഘം ഉണ്ടായി. മെഡിക്കൽ രംഗത്തും മറ്റും സർപ്പവിഷത്തിന് വൻഡിമാന്റാണല്ലോ. ഇരുളരുടെ സംഘം ഈ ആവശ്യം നിറവേറ്റിക്കൊണ്ട് സ്വയംതൊഴിൽ നേടുന്നു. പാമ്പുകളെ പിടിച്ച് കൂടുകളിലാക്കുന്ന ഏർപ്പാട് ഇപ്പോൾ ഇവർക്കിടയിലില്ല. ഇല്ല. പകരം വിഷം കറന്നെടുത്ത് അവയെ പാട്ടിനു വിടുന്നു. സ്വാഭാവിക ആവാസത്തിന്റെ ഭാഗമായി അവ ജീവിതം തുടരുന്നു. പാമ്പുകളുടെ വംശനാശം തടയാൻ ആദിവാസികളും അധികാരികളും ശാസ്ത്രജ്ഞരും ചേർന്ന ഈ സംരംഭം ഏറെ സഹായകരമായിട്ടുണ്ട്.

10

ഇനി കേൾക്കൂ ചേരയുടെ കഥ

ചേരയെപ്പോലെ സർവവ്യാപിയായ ഒരു പാമ്പ് കേരളത്തിൽ വേറെയില്ല. ഓരോ വലിയ വീട്ടുപറമ്പിനും അതിന്റേതായ ചേരപ്പാമ്പുകൾ ഉണ്ടായിരിക്കുമെന്നു പറഞ്ഞാൽപോലും തെറ്റാവില്ല. ഇണങ്ങിയ ഒരു ജീവിയെപ്പോലെ ജനസമ്പർക്കമുള്ളയിടങ്ങളിലും ഇവ സൈ്വരവിഹാരം നടത്തും. ആളനക്കമില്ലെന്നു കണ്ടാൽ വീട്ടിനകത്തും കയറും. പകൽ വെളിച്ചത്തിൽ സർക്കീട്ടിനിറങ്ങുന്നതു കൊണ്ടാവണം കൂടെക്കൂടെ നമ്മുടെ കണ്ണിൽ പെടുന്നത്. ഇതുകൊണ്ട് മനുഷ്യനും പാമ്പിനും ഗുണമുണ്ട്. ഇരുവരും തമ്മിൽ ഊഷ്മളമായ ഒരു സൗഹൃദം വളർന്നുവരുന്നു. പേടിക്കേണ്ട ഒരു ജീവിയല്ലെന്ന് കുട്ടികൾ മനസിലാക്കുന്നു. ഇത് ഇവയുടെ നിലനിൽപ്പും വംശവർധനയും ഉറപ്പുവരുത്തുന്നു.

ചേരയുടെ സഞ്ചാരവും നാക്കുനീട്ടലും നോട്ടവുമെല്ലാം ശരിക്കും ഒരു ലക്ഷണമൊത്ത പാമ്പിന്റേതാണ്. ചേരയെക്കണ്ടും നിരീക്ഷിച്ചും നാട്ടിൻപുറത്തെ കുട്ടികൾക്ക് പാമ്പുകളെ പറ്റി മനസിലാക്കാവുന്നതാണ്. ചേര നിരീക്ഷണം നല്ല സാധ്യതകളുള്ള ഒരു പ്രോജക്റ്റായിത്തന്നെ കുട്ടികൾക്ക് ഏറ്റെടുക്കാം.

നിറം, വലിപ്പം തുടങ്ങിയ കാര്യങ്ങളിലെ ചില സമാനതകൾ മൂലം ചേരയെ മൂർഖനായി തെറ്റിദ്ധരിക്കാം. ഫണം വിടർത്താനാവില്ലെന്നേയുള്ളൂ. ആയിരുന്നെങ്കിൽ ശരിക്കും മൂർഖനെപ്പോലെയാവും. ചേരയെന്നു കരുതി പേടികൂടാതെ അടുത്തു ചെല്ലുമ്പോൾ മൂർഖൻ പത്തിവിടർത്തുന്ന അനുഭവവും ഉണ്ടായിട്ടുണ്ട്. ആകൃതിയിലും മറ്റുമുള്ള ഈ സാദൃശ്യം ഒരു രക്ഷയാണ്. ശത്രുക്കളെ വിരട്ടാൻ ഇത്തരം അനുകൂലനങ്ങൾ – ഏറെ സഹായകമാണ്. ശത്രുവിനെ വിരട്ടാൻ ദുർഗന്ധമുണ്ടാ

ക്കാനും ചേരയ്ക്കു കഴിയും. മലാശയത്തിലെ ഗ്രന്ഥിയിൽനിന്ന് കറുപ്പു നിറത്തിൽ സ്രവം വിസർജിച്ചും ചോര ശത്രുവിനെ തുരത്താറുണ്ട്.

കർഷകന്റെ മിത്രമാണ് ചേരയെന്നു നിങ്ങൾ കേട്ടിരിക്കും. എല്ലാ പാമ്പുകളും അതെ. അതേസമയം എണ്ണപ്പെരുപ്പം കൊണ്ടും സഞ്ചാര വ്യാപ്തികൊണ്ടും ചേരകൾ കൃഷിക്കാരന് കൂടുതൽ പ്രിയങ്കരമായിത്തീരുന്നു. ഓരോ എലിയെ സാപ്പിടുമ്പോഴും എത്രയോ മനുഷ്യനെ പോറ്റാൻ വേണ്ട ധാന്യങ്ങളാണ് അവ സംരക്ഷിച്ചു നിലനിർത്തുന്നത്. ഒരെലിയിണ

ചേരപ്പാമ്പ്

ഒറ്റവർഷംകൊണ്ട് ആയിരക്കണക്കിന് സന്തതിപരമ്പരകൾക്കു ജന്മം നൽകുന്നു. എന്നോർക്കുക.വിഷം വച്ചു കൊല്ലുന്നതിനേക്കാൾ എത്രയോ ഗുണകരമാവുക, അവയുടെ ജന്മശത്രുക്കളായ പൂച്ചകളേയും മൂങ്ങകളേയും ചേരപ്പാമ്പുകളേയും പ്രോത്സാഹിപ്പിക്കുന്നതു തന്നെയാണ്.

ഒത്ത ഒരു ചേരപ്പാമ്പിന് രണ്ടു മീറ്ററോളം നീളമുണ്ടാവും. തല മൂർഖന്റേതു പോലെ നീണ്ടുരുണ്ടിരിക്കും. കണ്ണുകൾക്ക് സാമാന്യത്തിലേറെ വലിപ്പം. മിഴികൾക്കു സ്വർണനിറം. മഞ്ഞയോ മങ്ങിയ കറുപ്പുനിറമോ ഉള്ള ശരീരം. ശൽക്കങ്ങളുടെ അരിക്കുകളിൽ എപ്പോഴും കറുപ്പു നിറം ഉണ്ടായിരിക്കും.

അളമുട്ടിയാൽ ചേരയും കടിക്കും. ഈ പഴഞ്ചൊല്ലിൽ പതിരില്ല. എന്നാൽ മഞ്ഞച്ചേര മലർന്നുകടിച്ചാൽ മലനാട്ടിൽ മരുന്നില്ല എന്ന ചൊല്ല് അപ്പടി പതിരാണ്. അരണകടിച്ചാൽ ഉടനെ മരണം എന്ന പഴമൊഴി പോലെ അസംബന്ധമാണ് ഇതും. മഞ്ഞച്ചേര മലർന്നു കടിച്ചാലല്ലേ മരുന്ന് അന്വേഷിക്കേണ്ടതുള്ളൂ. മേക്കിട്ടു കേറിയാൽ 'സാദാ' ചേരയായാലും കടിക്കുമേ, പറഞ്ഞേക്കാം. പല്ലു തറയ്ക്കും ചോര പൊടിയും എന്നല്ലാതെ മറ്റു പ്രശ്നങ്ങളൊന്നും ഉണ്ടാവില്ല. ചേര കാലിൽ ചുറ്റും,

ചെവിയിൽ ഊതും എന്നൊക്കെ പറയുന്നത് കുട്ടികളെ പേടിപ്പിക്കാനുള്ള മുതിർന്നവരുടെ ഓരോ നമ്പർ മാത്രമാണ്. മനുഷ്യനുമായി ഏറ്റവുമേറെ ഇടപഴകുന്ന ജീവിയായതുകൊണ്ട് ഇത്തരം അസംബന്ധങ്ങൾ പ്രചരിപ്പിക്കുക സ്വാഭാവികമാണ്. കഥാപാത്രം പാമ്പാണെങ്കിൽ ഏതു കള്ളക്കഥയും ചിലവാകും.

നോക്കൂ മറ്റൊരസംബന്ധം. ചേര ഇണചേരുന്നത് മൂർഖനുമായിട്ടാണത്രെ. രണ്ടു പാമ്പുകൾ ഇണചേരുന്നതു കണ്ടാൽ അതിലൊന്ന് മൂർഖനാണെന്ന് ഇവർ കട്ടായമായിപ്പറയും! രണ്ടു പാമ്പുകളും തമ്മിലുള്ള രൂപസാദൃശ്യവും അവയുടെ ഏതാണ്ട് സമാനമായ വലിപ്പവും കൊണ്ടാകാം ഇങ്ങനെ കരുതുന്നത്. ചിലർക്ക് എന്തും അതിശയോക്തിയുടെ മേമ്പൊടി ചേർക്കാതെ പറയാനറിയില്ലല്ലൊ. മൂർഖനും ചേരയും രണ്ടു വ്യത്യസ്ത കുടുംബക്കാരാണെന്ന് നിങ്ങൾ മനസിലാക്കിയല്ലൊ. ഇത്തരം രണ്ടു ജന്തുക്കൾ തമ്മിലുള്ള ഇണചേരൽ തീർത്തും അസാധ്യമാണ്. പ്രകൃതിയിൽ ഇങ്ങനെ ഒരേർപ്പാടില്ല. പ്രജനനത്തിന് ഒന്നിക്കുന്നത് ഒരേ സ്പീഷീസിൽ പെട്ട ആണും പെണ്ണും എന്നത്രെ പ്രകൃതിനിയമം. ചേരയുടെ ഇണ എപ്പോഴും മറ്റൊരു ചേരയായിരിക്കും. മൂർഖന്റേതു മൂർഖനും.

വീട്ടുപറമ്പിന്റെ വിജനമായ ഭാഗത്ത് ഒരുദിവസം ഉച്ചതിരിഞ്ഞ നേരത്ത് ഞാനൊരു കാഴ്ചകണ്ടു. ഏതാണ്ട് തുല്യവലിപ്പമുള്ള രണ്ടുപാമ്പുകൾ തമ്മിൽ ചുറ്റിപ്പിണയുന്നു; കെട്ടിപ്പുണരുന്നു. ശരീരം ഏതാണ്ട് പകുതിയോളം ഉയർത്തി പോരടിക്കുന്നു. ഏതാണ്ട് ഒരുമണിക്കൂറിലേറെ നേരം ഞാനീ സർപ്പനൃത്തത്തിനു സാക്ഷിയായി. അതിനിടയിൽ പലരേയും വിളിച്ചു കാണിച്ചു. ചിലർ നോക്കില്ല. പാമ്പുകൾ തമ്മിൽ ഇണചേരുന്നതു കാണുന്നത് വലിയ ദോഷമാണത്രെ. എങ്കിലും ചിലരെല്ലാം അപൂർവസുന്ദരമായ ഈ ദൃശ്യം ആസ്വദിച്ചു. രണ്ടും മൂർഖന്മാരാണെന്ന് വിദഗ്ധരെപ്പോലെ ചിലർ ഉറപ്പിച്ചുപറഞ്ഞു. നോക്കൂ, രണ്ടിനും ഫണമില്ല. രണ്ടും ചേരകളാണെന്ന് ഞാൻ പറഞ്ഞെങ്കിലും ഏശിയില്ല. ഈ രീതിയിൽ മൂന്നു പാമ്പുകൾ ഒന്നിച്ചു ചേരുന്ന അത്യപൂർവ ദൃശ്യം കാണാനും പിന്നീടൊരിക്കൽ ഭാഗ്യമുണ്ടായി.

ഇത്തരം സർപ്പനൃത്തങ്ങളെക്കുറിച്ച് വിദഗ്ധർ വിശദമായിത്തന്നെ പഠനം നടത്തിയിട്ടുണ്ട്. ഈ രീതിയിൽ നൃത്തം ചെയ്യുന്നത് എപ്പോഴും ആൺപാമ്പുകളായിരിക്കും. നൃത്തമല്ല. പോരാട്ടമാണത്. ഒരേ സ്പീഷീസിൽപ്പെട്ട ആണുങ്ങൾ തമ്മിലുള്ള പോരാട്ടം. ഇണചേരലാണെന്നു വാശിപിടിക്കുന്നത് അറിവില്ലായ്മ കൊണ്ടാണ്. നമുക്കു പെട്ടെന്നു മനസിലാവാത്ത പലകാര്യങ്ങളും പാമ്പുകളുടെ ലോകത്തിൽ നടക്കുന്നുണ്ട്. സ്വന്തം തട്ടകം ഉറപ്പിക്കാൻ രണ്ടു പുരുഷന്മാർ ഏറ്റുമുട്ടുകയാണിവിടെ. ഇത്തരം ആധിപത്യ പ്രവണത പല ഉയർന്നതരം ജന്തുക്കളും പ്രകടമാക്കാറുണ്ട്. പാമ്പുകളിൽ ഒന്ന് തോറ്റു പിന്മാറും വരെ ഈ യുദ്ധം തുടരും.

വീട്ടുപരിസരത്ത് ധൈര്യമായി വളർത്താവുന്ന പാമ്പാണ് ചേര. കൂടൊന്നും വേണ്ട. വിരട്ടിയോടിക്കാതിരുന്നാൽ മാത്രം മതി. തിന്നാനുള്ളതൊക്കെ അതു സ്വയം സമ്പാദിച്ചുകൊള്ളും. പഠനാവശ്യങ്ങൾക്കായി ഇടയ്ക്ക് പൊഴിച്ചിട്ട ഉറകൾ ശേഖരിക്കാനും കഴിയും. ഡൽഹിക്കടുത്ത് ബദർപൂർ എന്ന പേരിൽ ഒരാദിവാസിഗ്രാമമുണ്ട്. ചേരവളർത്തലിന് ലോകപ്രസിദ്ധമാണ് ഈ ഗ്രാമം. എല്ലാ വീട്ടിലും കാണും മൂന്നോനാലോ വളർത്തുചേരകൾ. വീട്ടുമുറ്റത്തും പുരപ്പുറത്തും മുറികളിലും മറ്റുമായി ഇവ റോന്തുചുറ്റിക്കൊണ്ടിരിക്കും. ഈ ഗ്രാമത്തിൽ എലിശല്യം നന്നെകുറവാണെന്ന് പഠനങ്ങൾ തെളിയിച്ചിട്ടുണ്ട്.

ശത്രുകീടങ്ങളെ നശിപ്പിക്കാൻ മിത്രകീടങ്ങളെ പരിപാലിക്കുന്ന രീതി പണ്ടുപണ്ടേ പ്രചാരത്തിലുണ്ടായിരുന്നു എന്ന് ഇത് വ്യക്തമാക്കുന്നു. അതിന് നാം പ്രത്യേകമായി ഒന്നും ചെയ്യേണ്ടതില്ലെന്ന് നമ്മുടെ പൂർവികർ മനസിലാക്കിയിരുന്നു. ജന്തുക്കളെ അവയുടെ പാട്ടിനുവിടുകയും സ്വച്ഛന്ദം ഇടപഴകാൻ അനുവദിക്കുകയും മാത്രമാണ് അവർ ചെയ്തത്. ഇരപിടിച്ചും ഇരയായി ഒതുങ്ങിയും അവ പ്രകൃതി സന്തുലനം ഉറപ്പുവരുത്തി. ഈ രീതി നമുക്കും സ്വീകരിക്കാവുന്നതാണ്.

അവസാനമായി, ഒരു നാടൻപാട്ടു കേൾക്കാം, ചേരപ്പാമ്പിനെക്കുറിച്ച്.

മഞ്ഞച്ചേരേ, നിന്റെ വാലെന്ത്യേന്ന്
തമ്പുരാൻ മുറ്റത്തൂടെ പോന്നു ഞാന്
തമ്പുരാനെന്തിനാണേ ചേരവാല്
പൂണൂൽ ചരടിന് കൊള്ളുമല്ലോ
മഞ്ഞച്ചേരേ നിന്റെ വാലെന്ത്യേന്ന്
എമ്പ്രാൻമാർ മുറ്റത്തൂടെ പോന്നു ഞാന്
എമ്പ്രാൻമാർക്കെന്തിനാണേ ചേരവാല്
താലിച്ചരടിനു കൊള്ളാമല്ലോ
മഞ്ഞച്ചേരേ, നിന്റെ വാലെന്ത്യേന്ന്
പട്ടന്മാർ മുറ്റത്തൂടെ പോന്നു ഞാന്
പട്ടന്മാർക്കെന്തിനാണേ ചേരവാല്
പാളയ്ക്കത്താറിനു കൊള്ളുമല്ലൊ
മഞ്ഞച്ചേരേ, നിന്റെ വാലെന്ത്യേന്ന്
നായന്മാർ മുറ്റത്തൂടെ പോന്നു ഞാന്
നായന്മാർക്കെന്തിനാണേ ചേരവാല്
പാളേങ്കയറിനു കൊള്ളുമല്ലൊ
മഞ്ഞച്ചേരേ, നിന്റെ വാലെന്ത്യേന്ന്
മാപ്പിളാർ മുറ്റത്തൂടെ പോന്നു ഞാന്
മാപ്പിളാർക്കെന്തിനാണേ ചേരവാല്
കാളക്കയറിനു കൊള്ളുമല്ലൊ

11

മലമ്പാമ്പും പെരുമ്പാമ്പും

നളൻ ദമയന്തിയെ കാട്ടിൽ ഉപേക്ഷിച്ചുപോയി. ഒരു വലിയ മലമ്പാമ്പു വന്ന് ദമയന്തിയുടെ ശരീരത്തെ ചുറ്റിവരിഞ്ഞു.

ഇത്തരം പലകഥകളും പെരുമ്പാമ്പിനെക്കുറിച്ചും മലമ്പാമ്പിനെക്കുറിച്ചും പ്രചാരത്തിലുണ്ട്. പുരാണകഥകളിൽ മാത്രമല്ല, നാടോടിപുരാവൃത്തങ്ങളിലും യുവസാഹസികരുടെ അനുഭവകഥകളിലുമെല്ലാം പെരുമ്പാമ്പു വില്ലനായി പ്രത്യക്ഷപ്പെടാറുണ്ട്. അത് മനുഷ്യരെ ചുറ്റിവരിയുന്നു. ആനയോടും കടുവയോടും ഏറ്റുമുട്ടുന്നു. പഴയസിനിമകളിൽ ഇത്തരം രംഗങ്ങൾ സുലഭമായിരുന്നു. എല്ലാം ചേർന്ന് ഈ കാട്ടുപാമ്പിന് കൊടും ഭീകരന്മാരുടെ ഒരു പരിവേഷം ഉണ്ടായി.

എന്നാൽ പണ്ടത്തെ കാട്ടുവർഗങ്ങൾ പെരുമ്പാമ്പിനെ രക്ഷകനായി കൊണ്ടാടിയവരായിരുന്നു. പല പഴങ്കഥകളും ഇതിനു തെളിവായുണ്ട്. ആഫ്രിക്കയിലെ നായിരെ വർഗക്കാരുടെ ഒരു പുരാവൃത്തത്തിൽ വേട്ടയ്ക്കുപോയ കാട്ടുമക്കളെ രക്ഷിക്കുന്ന ഒരു പെരുമ്പാമ്പിന്റെ കഥയുണ്ട്. നായാട്ടിൽ വിദഗ്ധരായ ഇവരിൽ ചിലർ നായാടിയാടി ഉൾക്കാട്ടിലെത്തി. നേരം ഇരുട്ടി: വഴിയും തെറ്റി. അവസാനം രാത്രി വനത്തിൽ തന്നെ കഴിച്ചുകൂട്ടാൻ നിർബന്ധിതരായി. എല്ലാവരും ഉറക്കമായി.

ആ സമയം കുറേ കൊള്ളക്കാർ അവരെ ആക്രമിച്ചു. പെട്ടെന്ന് വൃക്ഷശിഖരത്തിൽനിന്ന് കനത്ത എന്തോ സാധനം ഉറങ്ങുന്നവരിൽ ഒരാളുടെ ദേഹത്തു വീണു. ഒരു നിലവിളിയോടെ അയാൾ ചാടിയെണീറ്റു. ശബ്ദം കേട്ട് മറ്റുള്ളവരും ഉണർന്നു. നോക്കിയപ്പോൾ ഒരു വലിയ മലമ്പാമ്പ് ഇഴഞ്ഞു പോകുന്നു. ഒന്നും സംഭവിച്ചിട്ടില്ലാത്ത മട്ടിൽ അത് മരക്കൊമ്പിലേക്ക് ചാടിക്കയറി അപ്രത്യക്ഷമായി.

തക്കസമയത്ത് ഉണർന്നതുകൊണ്ട് കൊള്ളക്കാരെ കാണാൻ കഴിഞ്ഞു. എല്ലാവരും നന്നായി പൊരുതി കള്ളന്മാരെ തോൽപ്പിച്ച് ഓടിച്ചു. പിറ്റേന്ന് ഗ്രാമത്തിൽ തിരിച്ചെത്തിയതും വിവരം ഗോത്രത്തലവനെ അറിയിച്ചു.

നിങ്ങളെ ആപത്തിൽനിന്ന് രക്ഷിച്ചത് ആ മലമ്പാമ്പാണ്, തലവൻ പറഞ്ഞു ഇന്നു മുതൽ അത് നമ്മുടെ ദൈവമാണ്. ഒരു കാരണവശാലും മേലിൽ ആരും മലമ്പാമ്പുകളെ ഉപദ്രവിക്കരുത്, എന്നു മാത്രമല്ല അവർക്ക് സുഖമായി ജീവിക്കാനുള്ള എല്ലാ സൗകര്യങ്ങളും ചെയ്തു കൊടുക്കുകയും വേണം. നായിരെ ഗോത്രക്കാർക്ക് പെരുമ്പാമ്പ് ഇന്നും ആരാധനാ മൂർത്തിയാണ്. അവരുടെ വളർത്തു മൃഗങ്ങളെപ്പോലും ഈ പാമ്പുകൾ ഉപദ്രവിക്കാറില്ലെന്നാണ് കഥ.

പൈത്തൺ എന്ന പെരുമ്പാമ്പ് ബോയ്ഡെ കുടുംബത്തിലെ അംഗമാണ്. വിഷമില്ലാത്ത ജീവികളാണിവ. മധ്യ അമേരിക്കയിലെ മലമ്പാമ്പാണ് ബോഅ (Boa). ചലച്ചിത്രങ്ങളിലൂടെയും മറ്റും പേരു കേൾപ്പിച്ച അനക്കൊണ്ടകൾ ഈ വിഭാഗക്കാരാണ്. പൈത്തൺ (Python) എന്ന് ഇവയെ വിളിക്കാറില്ല.

പൈത്തൺ പാമ്പിന്റെ രണ്ടിനങ്ങളാണ് ഇന്ത്യയിലുള്ളത്. മലമ്പാമ്പും (Indian rock python-പൈത്തൻ മൊളൂറസ്) പെരുമ്പാമ്പും (പൈത്തൺ റെറ്റിക്കുലേറ്റസ്). മലമ്പാമ്പിന് വണ്ണം കൂടും. പെരുമ്പാമ്പിന് നീളവും. മലമ്പാമ്പിന്റെ മേനിയിൽ ആകർഷകമായ പുള്ളികളാണ് ഉള്ളതെങ്കിൽ പെരുമ്പാമ്പിന്റെ ദേഹത്ത് വലക്കണ്ണികൾ പോലുള്ള അടയാളങ്ങളാകും. കേരളത്തിൽ മലമ്പാമ്പേ ഉള്ളൂ. പെരുമ്പാമ്പില്ല. വല്ല മൃഗശാലയിലും അന്വേഷിക്കേണ്ടിവരും. ഇനി ഇത്തരം പാമ്പുകളെ കണ്ടാൽ ശ്രദ്ധിച്ചുനോക്കൂ. ദേഹത്ത് വലക്കണ്ണികളാണോ, അതോ പുള്ളികളോ? മലമ്പാമ്പുകളെ നാം പെരുമ്പാമ്പെന്നു വിശേഷിപ്പിക്കുന്നു. രണ്ടും തമ്മിലുള്ള വ്യത്യാസമൊന്നും ആരും പരിഗണിക്കാറില്ല. അതെല്ലാം ശാസ്ത്രീയ പഠനത്തിൽ താൽപ്പര്യമുള്ളവരുടെ വിഷയം.

കുറ്റിക്കാട്ടിലും പാറപ്രദേശത്തും കണ്ടൽക്കാടുകൾക്കിടയിലും ഇടതൂർന്ന കാനനങ്ങളിലും മലമ്പാമ്പുകളെ കാണാം. ആറു മീറ്ററാണ് ശരാശരി നീളം. അതേസയം പെരുമ്പാമ്പ് പത്ത് മീറ്ററോളം വളരും. ജീവിതരീതിയൊക്കെ സൂക്ഷ്മാംശങ്ങളിൽ ഒഴികെ, ഏതാണ്ട് ഒരേ മാതിരിയാണെന്നു പറയാം.

കൂട്ടിൽ വളർത്തുന്ന മലമ്പാമ്പോ പെരുമ്പാമ്പോ ഇരപിടിക്കുന്നതു ശ്രദ്ധിച്ചിട്ടുണ്ടോ? എലിയെയോ പെരുച്ചാഴിയെയോ കൊടുത്താൽ ഒറ്റച്ചാട്ടത്തിന് അതിനെ വരിഞ്ഞ് ശ്വാസംമുട്ടിച്ചു കൊന്നശേഷമേ വിഴുങ്ങുകയുള്ളൂ. എത്ര ചെറിയ ഇരയായാലും ഭക്ഷണരീതി ഈ മാതിരിയാണ്. അതാണ് സഹജസ്വഭാവം. ഇരയെ വിഴുങ്ങുന്നത് എപ്പോഴും തലഭാഗത്തുനിന്നു തന്നെയായിരിക്കും. കാട്ടിലാണെങ്കിൽ മാൻ, മുയൽ പന്നി, കാട്ടാട് തുടങ്ങിയ ജന്തുക്കളേയും വിഷമം കൂടാതെ ശാപ്പിടും.

ഗുഹപോലെ വിടർത്താൻ കഴിയുന്ന വായും വികസിക്കുന്ന ശരീരവും കൂടുതൽ വലിപ്പമുള്ള ഇരകളെ വിഴുങ്ങാൻ സഹായകമായ അനുകൂല നങ്ങളത്രെ. വലിപ്പമുള്ള ജന്തുക്കളെ ഭക്ഷണമാക്കുമ്പോൾ വേരുകൾക്കിടയിലൂടെയും മറ്റും ഇഴഞ്ഞും ചുറ്റിയും ഇരയുടെ എല്ലുകൾ തവിടുപൊടിയാക്കി ദഹനം എളുപ്പമാക്കാറുണ്ട്. ഒരിക്കൽ ഇരയെടുത്താൽ ഏതുപാമ്പിനും ദീർഘകാലം ഭക്ഷണമില്ലാതെ ജീവിക്കാൻ കഴിയും. മാസങ്ങളോളം പട്ടിണിയായാലും ചത്തുപോകയൊന്നുമില്ല. ശരീരത്തിൽ വൻതോതിൽ കൊഴുപ്പു സംഭരിച്ചുവയ്ക്കാൻ കഴിയുന്നതുകൊണ്ടാണിത്.

വൻപാമ്പുകളിൽ ഭീമകായൻ അനക്കൊണ്ടയാണെങ്കിലും റെറ്റിക്കുലേറ്റഡ് പൈത്തണും ചിലപ്പോൾ അത്രയും വലിപ്പത്തിൽ വളരാറുണ്ട്. എങ്കിലും അനക്കൊണ്ടയുടെ വലിപ്പം ഏറെ പെരുപ്പിച്ചു പറയാനാണ് ആളുകൾക്കിഷ്ടം. അനക്കൊണ്ടയുടെ ലോകത്ത് സാഹസികമായി ജീവിച്ച് നിരീക്ഷണങ്ങൾ നടത്തിയ ജറാൾഡ് ഡൂറൽ ഇത്തരം അതിശയോക്തികൾ നിഷേധിക്കുന്ന കൂട്ടത്തിലാണ്.

ആമസോൺ വനങ്ങളിലേയും സൗത്ത് അമേരിക്കയുടെ ഉത്തരഭാഗങ്ങളിലേയും നദികളും ചതുപ്പുകളുമാണ് അനക്കൊണ്ടകളുടെ വിഹാരഭൂമി. പെരുമ്പാമ്പിൽനിന്നു വ്യത്യസ്തമായ മറ്റു ബൊഅകളെ പോലെ ഇവയും കുഞ്ഞുങ്ങളെ പ്രസവിക്കുന്നു. നാലോളം സ്പീഷിസുകളെ തിരിച്ചറിഞ്ഞിട്ടുണ്ട്. വലിപ്പത്തിൽ മുമ്പനായ മഞ്ഞ അനക്കൊണ്ട പത്തുമീറ്ററോളം വളരും. ഏതാണ്ട് 250 കി ഗ്രാമോളം ഭാരവുമുണ്ടാകും. സാധാരണ ഇനങ്ങൾ 6 മീറ്ററിൽ (പരമാവധി ഭാരം 107 കി ഗ്രാം) അപ്പുറം വളരാറില്ല. വെള്ളത്തിനടിയിൽ പതുങ്ങിക്കിടന്ന് ഇരപിടിക്കാൻ അതിസമർഥനാണ് ഈ പാമ്പ്. നദിക്കരയിലൂടെ പോകുന്നതോ വെള്ളം കുടിക്കാനെത്തുന്നതോ ആയ മൃഗങ്ങളുടെ മേൽ ചാടിവീണ് കുടുക്കി ശ്വാസം മുട്ടിച്ചുകൊന്ന് വിഴുങ്ങാൻ സമർഥരാണ്.

അനക്കൊണ്ടയായാലും പെരുമ്പാമ്പായാലും വന്യസാഹചര്യങ്ങളിൽ അവിശ്വസനീയമായ ശൗര്യം പ്രകടിപ്പിക്കും. പ്രകോപനമുണ്ടായാൽ മൂർച്ചേയറിയ പല്ലുകൾകൊണ്ട് കടിച്ചു മുറിപ്പെടുത്തും. 'പാദ'ങ്ങളിലെ നഖങ്ങൾകൊണ്ട് മാന്തി പരിക്കേൽപ്പിക്കും. എന്ത് ഈ പെരുമ്പാമ്പുകൾക്കു പാദങ്ങളും നഖങ്ങളുമുണ്ടെന്നോ? അവിശ്വസനീയം! പക്ഷേ, ബൊയ്ഡെ കുടുംബാംഗങ്ങൾക്കെല്ലാം അവശിഷ്ട പാദങ്ങൾ ഉണ്ട്. പെട്ടെന്ന് കണ്ണിൽപ്പെടാൻ പാകത്തിൽ ഈ കാലുകൾക്ക് വളർച്ചയില്ലെന്ന് മാത്രം. അവശിഷ്ടപാദങ്ങൾ എന്ന് ഇവയെ വിളിക്കുന്നത് അതുകൊണ്ടാണ്. പണ്ടെന്നോ ഉണ്ടായിരുന്ന പാദങ്ങളുടെ അവശിഷ്ടങ്ങളാണിവ. പല്ലികളെ പോലുള്ള ഉരഗങ്ങളുടെ കൈകാലുകൾ ശോഷിച്ച് ഇല്ലാതായി. പാമ്പുകൾ ആധിപത്യം സ്ഥാപിച്ചത് ഏതാണ്ട് 13.5 കോടിവർഷങ്ങൾക്കു മുമ്പ്, ഡൈനോസോറുകൾക്ക് വംശനാശം സംഭവിച്ച ക്രിറ്റേഷ്യൻകാലഘട്ടത്തിലായിരുന്നു എന്ന് ജീവപരിണാമശാസ്ത്രം സ്ഥാപിച്ചിട്ടുണ്ട്.

യഥാർഥ പാദങ്ങളുടെ ഈ അവശിഷ്ടങ്ങൾ ബൊയ്ഡെ കുടുംബക്കാർക്കു ണ്ട്. ജീവിക്കുന്ന ഫോസിലുകൾ ആയി ഇവ ഇന്നും നിലനിൽക്കുന്നു.

ബൊഅകളിൽനിന്നും അനക്കൊണ്ടകളിൽനിന്നും വ്യത്യസ്തമായി പെരുമ്പാമ്പും മലമ്പാമ്പും മുട്ടയിടുന്ന ജീവികളാണ്. ഒരുതവണ നൂറി ലേറെ മുട്ടകളുണ്ടാവും. ഇവ വിരിയാനെടുക്കുന്ന ഏതാണ്ട് രണ്ട് മാസ ക്കാലയളവ് പെൺപാമ്പ് അടയിരിക്കും. മുട്ടകൾക്കു ചൂടുപകരാനായി അവയ്ക്കുമേൽ അടയിരിക്കുന്ന ഒരേയൊരു പാമ്പും പെരുമ്പാമ്പാകുന്നു. കാവൽപ്പണി മാത്രമാണ് മറ്റുപാമ്പുകളിലെ അടിയിരിപ്പെന്ന് നേരത്തെ പറഞ്ഞതോർമയില്ലേ? പെരുമ്പാമ്പ് മുട്ടകൾക്ക് ചൂടുപകരുന്നത് ഒരു പ്രത്യേകരീതിയിലാണ്. അടിവയറ്റിലെ മാംസപേശികൾ തള്ളപ്പാമ്പ് ഒരു പ്രത്യേകരീതിയിൽ ചലിപ്പിക്കും. ഈ രീതിയിൽ മുട്ടവിരിയാൻ വേണ്ട അത്രയും കൂടുതൽ താപം ഉൽപ്പാദിപ്പിക്കപ്പെടും.

സ്വഭാവ വൈവിധ്യങ്ങൾ പെരുമ്പാമ്പുകൾക്കിടയിലും പുതുമയല്ല. ആഫ്രിക്കയിലെ ബാൾ പൈത്തൺ പന്തുപോലെ ഉരുളാറുണ്ട്. ആസ്ത്രേ ലിയയിലെ ഡയമണ്ട് പൈത്തൺ വൈരക്കല്ലുപോലെ തിളങ്ങും. ന്യൂഗി നിയയിലും ആസ്ത്രേലിയയുടെ ചിലഭാഗങ്ങളിലും വൃക്ഷങ്ങളിൽ ജീവി ക്കുന്ന ഗ്രീൻ ട്രീ പൈത്തൺ അസുലഭമായ ഒരു സൗന്ദര്യാനുഭവം തന്നെ യാണ്.

ബൊഅകളെക്കുറിച്ച് പ്രത്യേകമായി ചിലതു പറഞ്ഞ് ഈ വിവരണം അവസാനിപ്പിക്കാം. അസ്ഥിഘടനയിൽ പൈത്തണും ബൊഅയും തമ്മിൽ ചില വ്യത്യാസങ്ങളുണ്ട്. ആന്തരഘടനയിലെ ഈ അന്തരം നോക്കിയാണ് രണ്ട് ഇനങ്ങളേയും ജന്തുശാസ്ത്രവിശാരദർ തിരിച്ചറിയു ന്നത്. ബോഅകൾക്കിടയിൽ ഒരുപാട് തരഭേദങ്ങൾ ഉണ്ട്. ആസ്ത്രേലി യയിൽ ഒഴിച്ച്, കേരളമടക്കം, പാമ്പുകൾ കാണപ്പെടുന്ന ഇടങ്ങളിലെല്ലാം ബോഅകളും ഉണ്ട്. നമ്മുടെ മണ്ണൂലിപ്പാമ്പുണ്ടല്ലോ, കള്ളക്കടത്തിലൂടെ ഇയ്യിടെ ലോകശ്രദ്ധപിടിച്ചുപറ്റിയ 'ഇരുതലമൂരി.' അതും ഒരു ബോഅയാ ണ്. മണ്ണിലൊളിക്കുന്ന പാമ്പുകളെക്കുറിച്ചുള്ള വിവരണത്തിൽ മണ്ണൂലി യെക്കുറിച്ച് കൂടുതൽ പറയാം.

മലബോഅകൾക്ക് പച്ചനിറമാണ്. മരച്ചില്ലകളിലും കൊമ്പുകളിലും വീഴാതെ പിടിച്ചുനിൽക്കാൻ സഹായിക്കുന്ന പ്രത്യേകതരം വാല് ഇവ യുടെ പ്രധാന അനുകൂലനമാണ്. ത്രികോണാകൃതിയിലുള്ള തലയും ശരീരത്തിലെ പുള്ളികളും കണ്ട് അണലിയാണെന്ന് തെറ്റിദ്ധരിക്കാൻ ഇട യുണ്ട്. വാലു നോക്കി അണലിയോ ബോഅയോ എന്ന് ഉറപ്പിക്കാം.

12

മറ്റു മരംകേറികൾ

ഞങ്ങളുടെ വിദ്യാലയത്തിലെ കുട്ടികൾ ഒരുദിവസം എവിടെ നിന്നോ ഒരു പച്ചോലപ്പാമ്പിനെ പിടിച്ചുകൊണ്ടുവന്നു. അങ്ങനെ ചെയ്യരുത്, ഏതു ജീവിയേയും അതിന്റെ സ്വാഭാവികമായ ചുറ്റുപാടിൽ ജീവിക്കാൻ അനുവദിക്കുകയാണ് വേണ്ടതെന്ന് ഞാൻ പറഞ്ഞു. എങ്കിലും പാമ്പിനെ പോകാൻ അനുവദിക്കും മുമ്പ് കുറേദിവസം അതിനെ നിരീക്ഷിച്ചു പഠിക്കാൻ കുട്ടികൾക്ക് അവസരം നൽകി. പലരും ഒരു പച്ചോലപ്പാമ്പിനെ അടുത്തുനിന്ന് ആദ്യമായി കാണുകയാണ്. കൗതുകപൂർവം അവർ ആ സുന്ദരിക്കോതയെ നോക്കി. പച്ചയുടുപ്പും പൂത്താലിമൊട്ടുപോലുള്ള തലയും മറ്റും കാണാൻ നല്ല ചേലാണ്. ഏതാനും ദിവസം കൊണ്ട് അതിന്റെ ആഹാരരീതിയെക്കുറിച്ചും മറ്റും ചില അത്യാവശ്യകാര്യങ്ങൾ മനസിലാക്കാൻ കഴിഞ്ഞു.

ഇലച്ചാർത്തുകൾക്കിടയിൽനിന്ന് പച്ചോലപ്പാമ്പിനെ അത്രഎളുപ്പം തിരിച്ചറിയാൻ കഴിഞ്ഞെന്നുവരില്ല. പച്ചനിറത്തിൽ കാണുന്നതെല്ലാം ഓലപ്പാമ്പ് ആകണമെന്നുമില്ല. സൂക്ഷിക്കണം, ഇലച്ചാർത്തുകൾക്ക് ഇണങ്ങിയനിറത്തിലും രൂപഘടനയിലുമുള്ള വിഷപ്പാമ്പുകളും ഉണ്ടായെന്ന് വരും. മര അണലിയും മറ്റും. ചാട്ടവാർപോലുള്ള പരന്ന ശരീരവും ശരീരത്തിലെ കറുപ്പും വെളുപ്പും വരകളെ നോക്കി പച്ചോലപ്പാമ്പുകളെ തിരിച്ചറിയാം. വിഷമില്ലാത്ത മരപ്പാമ്പുകൾ വേറെ ചില ജാതികളും ഉണ്ട്. മരക്കൊമ്പുകളിലൂടെ അതിവേഗം സഞ്ചരിക്കാനുള്ള കഴിവ്, അതിശയകരമായ കാഴ്ചശക്തി, പരിസരത്തിനിണങ്ങിയ നിറം എന്നിവ എല്ലാ മരപ്പാമ്പുകൾക്കും പൊതുവായിക്കാണുന്ന ചില പ്രത്യേകതകളാണ്.

വെള്ളിവരയൻ (Wolf snake)

പറഞ്ഞല്ലോ, വെള്ളിവരയനെ വെള്ളിക്കെട്ടനായി തെറ്റിദ്ധരിക്കാൻ ഇടയുണ്ടെന്ന്. ഈ തെറ്റിദ്ധാരണകാരണം കൊല്ലപ്പെട്ട വെള്ളിവരയന്മാരുടെ എണ്ണം കുറവല്ല. ഏതാണ്ട് മുക്കാൽ മീറ്ററോളം വലിപ്പമുള്ള ജീവികളാണിവ. ബ്രൗൺ നിറത്തിലുള്ള ശരീരത്തിൽ വെള്ളയും ചാരവുമായി തുടർച്ചയായ വലയങ്ങൾ ഉണ്ട്. മരക്കൊമ്പിൽനിന്നു താഴെയിറങ്ങി തറനിരപ്പിലും ശീഘ്രഗതിയിൽ സഞ്ചരിക്കാറുണ്ട്.

വെള്ളിവരയൻ

ഒരുതരം വെള്ളിവരയൻ കവടിപ്പാമ്പ് എന്ന പേരിൽ അറിയപ്പെടുന്നു. ഒറ്റനോട്ടത്തിൽ ശംഖുവരയനാണെന്നേ തോന്നൂ. നീളം പക്ഷേ അര മീറ്ററിൽ അധികം വരില്ല. കാട്ടുപ്രദേശത്താണ് കാണുക. ഉപദ്രവിച്ചാലും കടിക്കാറില്ല. അത്രയ്ക്കും പച്ചപ്പാവമാണ്. എങ്കിലും ശംഖുവരയനാണെന്നു കരുതി തരം കിട്ടിയാൽ ആളുകൾ കൊല്ലും.

വില്ലൂന്നി (Bronzeback)

വിരൽവണ്ണത്തിൽ ഒരു മെലിഞ്ഞു നീണ്ടപാമ്പ് ചെറുമരച്ചില്ലകളിലും മറ്റും നിശ്ചലമായി നിൽക്കുന്നതു കണ്ടിട്ടുണ്ടോ? വില്ല് ഊന്നി നിൽക്കുന്ന പോലെ എന്ന് ആർക്കാണാവോ തോന്നിയിട്ടുണ്ടാവുക? ഏതായാലും ആ തോന്നലിൽനിന്ന് നല്ലൊരു പേരുണ്ടായി. വാലിൽ കറുത്ത വരകളും കണ്ണുകൾക്കു ചുറ്റുമുള്ള വെളുത്ത വലയങ്ങളും തിരിച്ചറിയാനുള്ള വ്യക്തമായ അടയാളങ്ങളാണ്.

വില്ലൂന്നി

നാഗത്താൻ (Golden Tree Snake)

പറക്കും പാമ്പെന്നും പറയാറുണ്ട്. അതുകൊണ്ട് അത്ഭുതകഥകളിലെ വീരനായകൻ. മരക്കൊമ്പിൽ ചുറ്റിനിൽക്കുന്നേടത്തുനിന്ന് ചിലപ്പോൾ ഊർന്നുപറന്ന് താഴേക്കു വരും. അത്ഭുതനാഗമെന്നു പി ന്നെങ്ങനെ വിചാരിക്കാതിരിക്കും? മരത്തിൽ തൂങ്ങിക്കിടന്ന് ഇരകളെ നിഷ്പ്രയാസം അകത്താക്കുന്നതു കാണണം! ആകപ്പാടെ നല്ല രസമാണ് നാഗത്താന്റെ ഓരോ ചലനവും. സുവർണനാഗമെന്നാണ് പേരെങ്കിലും പച്ചനിറമാണ്.

നാഗത്താൻ

വള്ളിച്ചുരുട്ട

വള്ളിച്ചുരുട്ട (Cat Snake)

പൂച്ചയുടേതു പോലെ വലിയ കണ്ണുകൾ, പൂച്ചയെപ്പോലെ രാത്രി കാലങ്ങളിൽ ഇരതേടിയിറങ്ങുന്ന ശീലം – ഇതെല്ലാം കൊണ്ട് പൂച്ചപ്പാമ്പെന്ന് ആരോ പേരിട്ടു; അതു നിലനിന്നു. ചെറുതായി പ്രകോപിപ്പിച്ചാൽ വലുതായി ക്ഷോഭിക്കും; ചാടിക്കടിക്കും. പക്ഷേ, പല്ലിനു ശൗര്യം തീരെ ഫലിക്കാറില്ല. തല ഉയർത്തി കടിക്കാനായുമ്പോൾ പിടലിയിലെ V അടയാളം കണ്ണിൽ പ്പെടാതിരിക്കില്ല. ഇതുകണ്ട് മൂർഖൻപാമ്പാണെന്ന് തെറ്റിദ്ധരിക്കുന്നവരും ഉണ്ട്.

വള്ളിപ്പാമ്പുകൾ

നല്ല പച്ചനിറം. മത്തവള്ളിയുടെ വണ്ണം. അറ്റം കൂർത്ത പച്ചിലപോലെ തല. ഇലച്ചാർത്തുകൾക്കിടയിൽ സുഖവാസം. തലയ്ക്കു താഴെയുള്ള ഭാഗം കാറ്റു നിറച്ച് വീർപ്പിച്ച് പേടിപ്പിക്കും. പ്രസവിക്കുന്ന മരപ്പാമ്പ് എന്ന ബഹുമതിയും ഉണ്ട്.

മുട്ടവിഴുങ്ങി

പാമ്പ് മുട്ട കൊത്തിക്കുടിക്കും എന്നതാണ് പൊതുവേയുള്ള വിശ്വാസം. ഒരു പാമ്പിനും അങ്ങനെ ചെയ്യാൻ വയ്യ. ഇരയെ വിഴുങ്ങുന്നതാണ് പാമ്പിന്റെ രീതി. എല്ലാ അനുകൂലനങ്ങളും ആ രീതിയിലുള്ളതാണ്. സാധാരണ പാമ്പുകൾ മുട്ടകളെ ആഹാരത്തിൽനിന്നു പൂർണമായി ഒഴിവാക്കുമ്പോൾ മുട്ടവിഴുങ്ങി എന്നൊരിനം പാമ്പുകൾ ജീവനുള്ള ഇരക

ളെയെന്നപോലെ മുട്ട വിഴുങ്ങും. തൊണ്ടയിലെ കൂർത്തഭാഗത്തിൽ തട്ടി മുട്ട ഉടയും (മുട്ട ഉടയ്ക്കാനായിമാത്രം ഉള്ള അനുകൂലനമാണിത്). തോട് ഛർദിച്ചുകളയും. പ്രധാനാഹാരം തന്നെ മുട്ടയാണ്. മറ്റു ഇഴജീവികളുടെയോ പക്ഷികളുടെയോ മുട്ടകൾ മോഷ്ടിക്കും. മുട്ട വിഴുങ്ങികൾ ഇന്ത്യയിൽ ബീഹാറിലും ബംഗാളിലുമാണുള്ളത്.

13

നീരിലൊളിക്കും നീർക്കോലി, മണ്ണിലൊളിക്കും മണ്ണൂലി

ഒരിക്കൽ ഒരു സുഹൃത്തിനെ നീർക്കോലി കടിച്ചു. ഒരു വൈകുന്നേരമായിരുന്നു സംഭവം. പാടവരമ്പിലൂടെ നടക്കുകയായിരുന്നു ഞങ്ങൾ. കന്നിക്കൊയ്തു കഴിഞ്ഞ പാടവരമ്പിൽ വൈക്കോൽ നിരത്തിയിട്ടിരിക്കുന്നു. പാമ്പുകൾ വരമ്പത്തു കയറിക്കിടക്കുന്ന സമയം. വർത്തമാനം പറഞ്ഞു നടക്കുന്നതിനിടയിൽ ഒന്നിനെ ചവിട്ടിക്കാണണം. നല്ല കടി കിട്ടി. ഇഴഞ്ഞുപോയ കോലുനാരായണനെ ഞങ്ങളെല്ലാം കണ്ടതാണ്. നീർക്കോലിയാണെന്ന് യാതൊരു സംശയവും ഇല്ലായിരുന്നു. എന്നാൽ സുഹൃത്തിനു ബോധ്യം വന്നില്ല. അയാൾ കലശലായി വിയർക്കാൻതുടങ്ങി. ശരീരം തളർന്നു. അടുത്തനിമിഷം പരവശനായി നിലത്തിരുന്നു. പാരവശ്യം സഹിയാതായി. സംശയം തീർക്കാൻ വിഷചികിത്സാ കേന്ദ്രത്തിൽ എത്തിക്കേണ്ടിവന്നു. കടിച്ചത് നീർക്കോലിതന്നെയാണെന്ന് സ്ഥിരീകരണം കിട്ടിയിട്ടേ സമാധാനമായുള്ളൂ. അത്താഴം മുടക്കാൻ നീർക്കോലി മതി: എന്നാലോ, ധൈര്യമുണ്ടെങ്കിൽ പാട്ടുംപാടി അത്താഴം കഴിക്കാം. ഭീരുക്കൾ കുഴഞ്ഞുവീണു മരിച്ചെന്നും വരും!

പൊട്ടക്കുളത്തിലെ ഫണീന്ദ്രൻ ലോകത്തിൽ എവിടെയായാലും പുളവൻ തന്നെ. നാലുകാലുള്ള നങ്ങേലിപ്പെണ്ണിനെയും കൊണ്ട് എത്ര അനായാസം വെള്ളത്തിൽ നീന്തുന്നു; അല്ലേ? മുഖ്യാഹാരം ചെറുതവളകൾ തന്നെ.

പുളവന്മാർ പുളയ്ക്കുന്ന പൊട്ടക്കുളങ്ങൾ നാട്ടിൻപുറങ്ങളിൽ സമൃദ്ധമായിരുന്നു ഒരുകാലത്ത്. കുളങ്ങൾ നികത്തി തെങ്ങു വച്ചു. പാടങ്ങളിൽ രാസകീടനാശിനികൾ വിഷം പരത്തി. ഇതോടെ നീർപ്പാമ്പുകളുടെ കഷ്ടകാലം ആരംഭിച്ചു. വല്ല പൊട്ടക്കുളത്തിലോ മറ്റോ വല്ലപ്പോഴും കണ്ടാലായി അത്രതന്നെ. പക്ഷേ, അതിനു പൊട്ടക്കുളമെവിടെ?

ജലജീവിതത്തിന് ഏറെ അനുകൂലമാണ് നീർക്കോലിയുടെ ശരീരഘടനയെന്ന് പറഞ്ഞുവല്ലോ. കുളക്കരയിലും പാടവരമ്പത്തും മാളങ്ങളിലോ വിള്ളലുകളിലോ പതുങ്ങും. ഒരിക്കൽ അന്തരീക്ഷവായു ശ്വസിച്ചു കഴിഞ്ഞാൽ ഏതാണ്ട് പത്തു മിനിറ്റോളം ജലത്തിനടിയിൽ പ്രയാസം കൂടാതെ കഴിയാം. മുട്ടയിടാൻ കരയിലേക്കു വരാതിരിക്കാനാവില്ല. നീർക്കോലിയെ നിരീക്ഷിച്ചു പഠിക്കൂ. വിഷമില്ലാത്ത ഈ നീർപ്പാമ്പിന്റെ ജീവിത ചര്യകൾ വിശദമായി മനസിലാക്കൂ.

തെയ്യാൻ (Striped Keelback)

കരയിലെ നീർക്കോലി നാട്ടിൻപുറക്കാർക്ക് ദൈവങ്ങളുടെ അവധൂതൻ. 'തെയ്യാൻ' അധിവസിക്കുന്ന വീടുകളിൽ ദൈവത്തിന്റെ അനുഗ്രഹമുണ്ടെന്നാണ് വിശ്വാസം. ഇത്തരം കുറെ പാമ്പുകളെ ഒന്നിച്ചു കാണുന്നത് ദൈവദോഷത്തിന്റെ സൂചനയാണെന്നു പേടിക്കുന്നവരുമുണ്ട്. ഏതായാലും വിശ്വാസം തെയ്യ(ദൈവ)പ്പാമ്പിനു ഗുണം ചെയ്യുന്നു. ആരും അതിനെ ഉപദ്രവിക്കാറില്ല. ഭക്തിപുരസരം അതിന് ഇഴഞ്ഞുപോകാൻ വഴിയൊരുക്കുകയേ ഉള്ളൂ. ഏതാണ്ട് മുക്കാൽ മീറ്ററോളം വളരും ദൈവത്തിന്റെ ഈ സ്വന്തം പാമ്പ്. പക്ഷേ, ദൈവമായാലും രാസകീടനാശിനികൾക്ക് അശേഷം വിവേചനബുദ്ധിയില്ല. ഉറുമ്പിനേയും ചിതലിനേയും നിയന്ത്രിക്കാൻ എന്ന പേരിൽ എത്രയധികം രാസവിഷങ്ങളാണ് നാം

തെയ്യാൻ

വീട്ടുപരിസരങ്ങളിൽ ചൊരിയുന്നത്. കളനാശിനികളും കീടനാശിനികളും ഫംഗസ് നാശിനികളുമൊക്കെയായി കൃഷിയിടങ്ങളിൽ നാനാതരം വിഷങ്ങൾ വേറെയും. പാവം തെയ്യാൻ, പിടിച്ചുനിൽക്കാനാവാതെ അതിന്റെ വംശം മുടിഞ്ഞു. വളരെക്കുറച്ചു പാമ്പുകളേ ഇനി ആവാസവ്യവസ്ഥയുടെ ഭാഗമായി നിലനിൽക്കുന്നുള്ളൂ എന്നു പറഞ്ഞാൽ മതിയല്ലോ.

മണ്ണിലൊളിക്കുന്നവ

പാമ്പുകൾ മാളമുണ്ടാക്കാറില്ലെന്നറിയാമല്ലോ. കീരിയോ പെരുച്ചാഴിയോ മാന്തിയ കുഴിയിൽ/മാളത്തിൽ തങ്ങുകയേ ഉള്ളൂ. എന്നാൽ മണ്ണു തുരന്ന് അതിനകത്ത് ഒളിക്കുകയോ മണലിൽ പൂണ്ടുകിടക്കുകയോ ചെയ്യുന്നതരം പാമ്പുകൾ അത്യപൂർവമായെങ്കിലും ഉണ്ട്. ഇക്കൂട്ടത്തിൽപ്പെട്ട മൂന്നുതരം പാമ്പുകളെ പരിചയപ്പെടാം. കുരുടിപ്പാമ്പ് (blind snake) മണൽ പ്പാമ്പ് (sand boa) കവചവാലൻ (shield tail) എന്നിവയാണിവ.

കുരുടിപ്പാമ്പിന് ഒരു വലിയ മണ്ണിരയുടെ വലിപ്പമേ കാണൂ. പാമ്പുകളിൽ ഏറ്റവും ചെറുത്. പാമ്പാണെന്നു തോന്നുകയേ ഇല്ല, എന്നാൽ ത്വക്ക് പരിശോധിച്ചാൽ ശൽക്കങ്ങളുടെ ആവരണം കാണാം. സൂക്ഷിച്ചു നിരീക്ഷിച്ചാൽ പാമ്പിന്റെ സ്വഭാവങ്ങൾ ഓരോന്നായി എണ്ണിയെടുക്കാം. തലയേതെന്നും വാലേതെന്നും തിരിച്ചറിയാൻ കുറേക്കൂടി സൂക്ഷ്മത വേണ്ടിവരും. കണ്ണുകൾ വേണ്ടത്ര വികസിതമല്ല. കാഴ്ച കമ്മി. ഇണയെ മണം പിടിച്ച് തിരിച്ചറിയും. ചീഞ്ഞളിഞ്ഞ പച്ചിലകൾക്കിടയിലും മറ്റും

കുരുടിപ്പാമ്പ്

ഒരുകാലത്ത് സുലഭമായിരുന്നു. മണ്ണിര ചെയ്യുന്നതു പോലെ മണ്ണുതുരന്ന് ഒളിക്കാറുണ്ട്. വിരകളും ലാർവകളും ചെറുപ്രാണികളുമാണ് ഭക്ഷണം. ഇണചേരാതെ മുട്ടയിടും (അനിഷേകജനനം– parthenogenesis). എന്തേ ഇണ ചേരാത്തത് എന്നു ചോദിച്ചാൽ ഇവയുടെ വർഗത്തിൽ ആണുങ്ങൾ തീരെ കുറവാണ്. വംശനാശത്തെ അതിജീവിക്കാൻ നേടിയെടുത്ത ഒരനുകൂലനമാവാം ഇത്. അനിഷേകജനനം പല ഷഡ്പദ ജീവികളിലും സാധാരണമാണല്ലൊ.

കവചവാലൻ

കവചവാലന് പെരുവിരലിന്റെ വണ്ണമേ കാണൂ. നീളം അരമീറ്ററിലധികം വരില്ല. ഉയരം കൂടിയ പ്രദേശങ്ങളിലാണ് അധിവാസം. മുതുകിന് വെള്ളനിറമാണെങ്കിലും അടിവയർ വെളുവെളെ തിളങ്ങും. ശത്രുക്കളെ ആകർഷിച്ച് വഴിതെറ്റിക്കാനുള്ള ഒരു അനുകൂലനമായിക്കണ്ടാൽ മതി. പരന്നവാലിൽ ശൽക്കങ്ങളുടെ പ്രത്യേക കവചം കാണപ്പെടുന്നതിൽ നിന്നാണ് പേരിന്റെ ഉത്ഭവം. തണുപ്പുള്ള വനസ്ഥലികൾ കവചവാലന്മാർക്ക് ഏറെ പ്രിയങ്കരമായ ആവാസമാണ്. മൂർച്ചയുള്ള വാൽക്കവചങ്ങൾ ഉപയോഗിച്ചാണ് മണ്ണിൽ കുഴികുത്തുക. ഇന്ത്യയുടെ വിവിധ ഭാഗങ്ങളിലായി നാൽപ്പതോളം ഉപജാതികളെ കണ്ടെത്തിയിട്ടുണ്ട്. ഇരപിടിക്കാനും ഇരപിടിയന്മാരിൽനിന്നു രക്ഷപ്പെടുവാനും ഓരോ ജാതിയും തനതുവിദ്യകൾ ഉപയോഗപ്പെടുത്തുന്നതായി കണ്ടെത്തിയിട്ടുണ്ട്. ഇക്കാരണം കൊണ്ടുതന്നെ ഈ കൊച്ചു നാഗങ്ങൾ ജീവശാസ്ത്രമാതൃകകൾ എന്ന നിലയിൽ പഠിതാക്കൾക്കും ഗവേഷകർക്കും ഏറെ പ്രിയങ്കരമായിത്തീരുന്നു; ഒരുകാര്യം കൂടി, പ്രസവിക്കുന്ന പാമ്പുകളുടെ കൂട്ടത്തിൽ കവചവാലർക്ക് തീർച്ചയായും ഒരു സ്ഥാനമുണ്ട്.

കാട് നാടായി മാറിയപ്പോൾ ആദ്യം ചാവാൻ തുടങ്ങിയ ജീവികളിൽ ഒന്ന് കവചവാലനാണെന്ന് നിസ്സംശയം പറയാം. തണൽ ഇല്ലാതാകുമ്പോൾ ഇവയുടെ കഷ്ടകാലം ആരംഭിക്കുന്നു. ചൂടു സഹിക്കാനാവാതെയാണ് ഇവ അധികവും ചത്തൊടുങ്ങിയത്. പാമ്പുകളുടെ ആവിർഭാവത്തിന്റെ ആദ്യകാലങ്ങളിലേക്ക് വെളിച്ചം വിതറുന്ന ഈ കുഞ്ഞുരഗങ്ങൾ തിരോധാനം ചെയ്താൽ അത് ജീവശാസ്ത്രം എന്നു വിജ്ഞാനശാഖയ്ക്കു തന്നെ തീരാ നഷ്ടമാകും. ആഗോള താപനം കവചവാലന്മാരെ ബാധിക്കാനിടയുണ്ട്.

മണൽപ്പാമ്പുകൾ

മണൽപ്പാമ്പുകൾ കേരളത്തിൽ സുലഭമായിരുന്ന ആ കാലമൊക്കെ ഇങ്ങിനിവരാത്തവണ്ണം പോയ്മറഞ്ഞു. എങ്കിലും ചില പ്രദേശങ്ങളിലെങ്കിലും അവയുടെ എണ്ണം ഏറെ കുറയാതെ നിലനിൽക്കുന്നു. ഒറ്റനോട്ടത്തിൽ വഴിതെറ്റിവന്ന ഒരു കുട്ടിമലമ്പാമ്പാണെന്നു തോന്നിയേക്കാം.

മണ്ണിൽ പൂണ്ടുകിടക്കുന്ന ഈ തടിയൻ പക്ഷേ, തീരെ ചുണയില്ലാത്തവനാണ്. മലമ്പാമ്പിനെപ്പോലെ അത് മെക്കിട്ടു കേറാനൊന്നും വരില്ല. അശ്രദ്ധമായി വഴി നടക്കുന്നവർ ചങ്ങാതിയുടെ മേക്കിട്ടു കേറും താനും. മണ്ണൂലി എന്ന പേര് തികച്ചും അനുയോജ്യം. വലിയ മണ്ണൂലിയും ഇരുതലമണ്ണൂലിയും ഉണ്ട്. ഇരുതലമൂരി എന്ന പേര് ആരിട്ടതാണാവോ? ചില പ്രദേശങ്ങളിൽ ഈ പേര് നിലനിൽക്കുന്നു. രണ്ടറ്റത്തും തലയാണെന്ന് ഒറ്റനോട്ടത്തിൽ തോന്നും. വാലെന്നു കരുതി തലയിൽ പിടിച്ചാലും പക്ഷേ, പേടിക്കേണ്ടതില്ല. കടിക്കുകയെന്ന ഏതു പാമ്പിന്റെയും നൈസർഗിക ശീലം മറന്നുപോയമട്ടിലാണ് പെരുമാറ്റം. പക്ഷേ, പച്ചപ്പാവങ്ങളെ നാം ജീവിക്കാൻ അനുവദിക്കാറില്ലല്ലോ. മണ്ണൂലിയുടെ ദുരന്തവും അതുതന്നെ.

കേരളത്തിലും അയൽ സംസ്ഥാനങ്ങളിലും ഇപ്പോൾ മണ്ണൂലിപ്പാമ്പുകൾക്ക് പുതിയൊരു ഭീഷണികൂടി ഉണ്ടായി. മണ്ണൂലിയുടെ എണ്ണ ചർമ രോഗങ്ങൾ മാറ്റാനും നിത്യയൗവനം നിലനിർത്താനും സിദ്ധൗഷധമാണെന്ന് ആരോ പറഞ്ഞു പരത്തി. ഗൾഫ് നാടുകളിലും മറ്റുമാണ് ഈ നുണ പ്രചരിച്ചത്. പൂത്തപണം കൈയിലുള്ളവർക്ക് അത് ചെലവഴിക്കാൻ എന്തെങ്കിലും വഴിവേണ്ടേ? തട്ടിപ്പുകാർ അവസരം ശരിക്കും മുതലെടുത്തു. എന്തുവില കൊടുത്തും മണ്ണൂലിപ്പാമ്പുകളെ വാങ്ങാൻ എത്രവേണമെങ്കിലും ആളുണ്ടായി. ആർക്കും വേണ്ടാത്ത ഒരു പാമ്പിന് ഒരു കോടിയും പത്തുകോടിയുമൊക്കെ വില കിട്ടുമെങ്കിൽ ആളുകൾ അടങ്ങിയിരിക്കുമോ? കള്ളക്കടത്ത് വ്യാപകമായി നടക്കുന്നു.

തിരുവനന്തപുരം മൃഗശാലയിൽനിന്ന് പട്ടാപ്പകൽ ഒരു ഇരുതലമൂരിയെ കാണാതായതോടെയാണ് പ്രശ്നം ലോകമറിഞ്ഞത്. കള്ളന്മാർ അതിനെ കൈയോടെ കടത്തിക്കൊണ്ടു പോവുകയായിരുന്നു. ഇതിനെ അന്വേഷിച്ചിറങ്ങിയപ്പോഴാണ് ശതകോടികളുടെ കള്ളക്കടത്തുകഥകൾ പുറത്തുവന്നത്. ദുർമന്ത്രവാദത്തിനും മറ്റുമായി വെള്ളിമൂങ്ങകളും ഈ രീതിയിൽ വേട്ടയാടപ്പെടുന്നു. നോക്കൂ, ദുരയും ആർത്തിയും അന്ധവിശ്വാസങ്ങളും മൂലം ബുദ്ധിയുണ്ടെന്ന് അവകാശപ്പെടുന്ന നാം നമ്മുടെ സഹജീവികൾക്ക് എത്രവലിയ ഭീഷണിയായിത്തീരുന്നു! ഇന്ന് മണ്ണൂലിയും വെള്ളിമൂങ്ങയുമെങ്കിൽ നാളെ മറ്റു പല ജീവികളും ഈ രീതിയിൽ നമ്മുടെ ആർത്തിയുടേയും അതിമോഹത്തിന്റേയും ഇരകളായി മാറും; വംശനാശമടയും. ഒരു സംശയവും വേണ്ട.

14

ഭൂമിയുടെ അവകാശികൾ

പാമ്പുകളുടെ കഥകൾ കേട്ടില്ലെ കൂട്ടുകാരേ. ഇത്രയും വൈചിത്ര്യമുള്ള ജീവികൾ ഭൂമുഖത്തുനിന്ന് അന്തർധാനം ചെയ്യുന്നത് കഷ്ടമല്ലേ? ഒളിക്കാൻ ഇടമില്ലാതായി മാറുന്നതോടെ ഇഴജീവികൾ ഒന്നൊന്നായി നശിക്കാൻ തുടങ്ങിയിരിക്കുകയാണ്. ഈച്ചകളും തുമ്പികളും കീടങ്ങളും ഏതു പ്രതികൂല ജീവിതസാഹചര്യങ്ങളേയും അതിജീവിച്ചെന്നുവരും. ഇത്തരം അതിജീവനശേഷിയൊന്നും ഉരഗങ്ങൾക്കില്ല. പരിസ്ഥിതിയുടെ ദൗർബല്യങ്ങളെല്ലാം ഈ ജീവികളുടെ ദൈനംദിന ജീവിതത്തിൽ പ്രതിഫലിക്കും. ചുറ്റുപാടും മാറുമ്പോൾ ആരുമറിയാതെ പാമ്പുകളും അപ്രത്യക്ഷമായിക്കൊണ്ടിരുന്നു. പുല്ലും പുൽച്ചാടിയും പാമ്പും തവളയും മൂങ്ങയുമെല്ലാം ജൈവശൃംഖലയുടെ പരസ്പരം ഇണങ്ങുന്ന കണ്ണികളായി ആവാസവ്യവസ്ഥയിൽ നിലനിൽക്കുന്നു. സഹവർത്തിത്വമാണ് പ്രകൃതിയിലെ എല്ലാ കിടമത്സരങ്ങളുടേയും ആന്തരചൈതന്യം. ഇത്തരം മത്സരങ്ങൾ ജീവവ്യവസ്ഥയുടെ സന്തുലനം അനുസ്യൂതമായി നിലനിർത്തുന്നു. ജീവവ്യവസ്ഥയുടെ ഒരു കണ്ണി എന്ന നിലയിൽ പാമ്പുവർഗത്തിനും ഗണ്യമായ ഒരു സ്ഥാനം ജീവമണ്ഡലത്തിലുണ്ട്. പാമ്പ് എലികളെ നശിപ്പിക്കുന്നു എന്നുപറയുമ്പോൾ വളരെ ലളിതവും അതിസാധാരണവുമായ ഒരു പ്രസ്താവമാണ് അതെന്നു തോന്നും. പരിസ്ഥിതിവിജ്ഞാനീയം നൽകുന്ന അറിവുകളുടെ വെളിച്ചത്തിൽ ഇതിന്റെ നാനാർഥങ്ങൾ ചികഞ്ഞു നോക്കൂ. ഈ ഭൂമുഖത്ത് എലികളും പെരുച്ചാഴികളും കൂടി തിന്നുതീർക്കുന്ന ധാന്യങ്ങളുടേയും കായ്കനികളുടേയും അളവുകേട്ടാൽ ആരാണ് അമ്പരന്നു പോകാതിരിക്കുക? കോടാനുകോടി ടണ്ണുകൾ വരുമത്. ഒമ്പതുലക്ഷം പേരെ ഊട്ടാൻ വേണ്ട ധാന്യം മുംബൈ

നഗരത്തിൽനിന്നു മാത്രം പ്രതിവർഷം എലികൾ കൊള്ളയടിച്ചുകൊണ്ടു പോകുന്നു എന്നാണ് കണക്ക്. പാമ്പുകളോടൊത്തു ജീവിക്കുന്ന ഇരുളരുടെ ചില അനുഭവങ്ങൾ ശ്രദ്ധിക്കുക. എലിമാളങ്ങളിൽ നിന്നുമാത്രമായി ഓരോ വർഷവും പത്തുകിലോഗ്രാം വരെ നെല്ല് ചെറിയ ഒരു പ്രദേശത്തുനിന്നുമാത്രം ഇവർ ശേഖരിക്കാറുണ്ടത്രെ. വെള്ളത്തിൽ എലികാഷ്ഠം കലരാതിരുന്നാൽ മാത്രം ആയിരക്കണക്കിനാളുകൾ എലിപ്പനിയിൽ നിന്നു രക്ഷപ്പെടും. എലികളുടെ എണ്ണപ്പെരുപ്പം ഒരു രാഷ്ട്രത്തിന്റെ പൊതുവെയുള്ള ദാരിദ്ര്യത്തിന്റെയും അനാരോഗ്യത്തിന്റെയും അവസ്ഥയെയാണ് പ്രതിഫലിപ്പിക്കുന്നത്. മാലിന്യങ്ങൾ കുന്നുകൂടിയ സൂറത്തിൽ (ഗുജറാത്ത്) പ്ലേഗുരോഗം മരണം വിതച്ചത് എലികൾ കാരണമാണ്. പ്ലേഗിന്റെ അണുക്കൾ വളരുന്നതും മനുഷ്യനിലേക്കു വ്യാപിക്കുന്നതും എലികളിലൂടെയാണെന്ന് അറിയാമല്ലോ. എലികൾ കൂട്ടംകൂട്ടമായി ചത്തു വീഴുന്നത് പ്ലേഗുരോഗത്തിന്റെ ആരംഭമായി കാണാം. ഇത്തരം ഭീഷണാവസ്ഥ ലോകത്തിന്റെ പലഭാഗങ്ങളിലും നിലനിന്ന ഒരു കാലമുണ്ടായിരുന്നു. മാലിന്യ നിർമാർജന പ്രവർത്തനങ്ങളിലൂടെ നാം പ്ലേഗിനെ ഭൂമുഖത്തുനിന്നു തുരത്തി. പ്രകൃതിയുടെ സംതുലനം താറുമാറായ ഒരു ലോകസാഹചര്യത്തിൽ പുതിയ പ്ലേഗുരോഗ ഭീഷണികൾ നിലനിൽക്കുന്നു.

എലികളെയെല്ലാം പാടെ നശിപ്പിക്കണം എന്നാണോ ഇതിനർഥം? അല്ല. ഉന്മൂലനാശം വരുത്തേണ്ട ഒരു ജീവിയും ഭൂമുഖത്തില്ല. എലിക്കും ആവാസവ്യവസ്ഥയിൽ അതിന്റേതായ സ്ഥാനമുണ്ട്. നിലനിൽക്കാൻ അതിനും അവകാശമുണ്ട്. എണ്ണം കണ്ടമാനം വർധിക്കാതെ സന്തുലനം സാധ്യമാക്കുക എന്ന പ്രവർത്തനമാണ് പ്രകൃതിയിൽ നടക്കുന്നത്. ഈ സംതുലനം തകർക്കുന്നതും ജീവികൾ തമ്മിലുള്ള സഹവർത്തിത്വം അസാധ്യമാക്കുന്നതും മനുഷ്യന്റെ തെറ്റായ ഇടപെടലുകളാണ്. പ്രകൃതിസംരക്ഷണത്തിലൂടെ ഇത്തരം തെറ്റുകൾ തിരുത്താൻ കഴിയും. എലിയെ കൊല്ലാൻ വേണ്ടി ഇല്ലം ചുടേണ്ടകാര്യമേ നമുക്കില്ല.

പല ആദിവാസികളും പാമ്പിറച്ചി ആഹാരമാക്കാറുണ്ട്. തികച്ചും പ്രകൃതിക്കിണങ്ങിയ ഒരു ജീവിതരീതിയായിരുന്നു അവരുടേത്. എന്നാൽ കാലം മാറിയതനുസരിച്ച് ആദിവാസികളുടെ ആഹാരശീലങ്ങളും മാറിക്കഴിഞ്ഞു. അതേസമയം പാമ്പിറച്ചി സ്വാദിഷ്ടവിഭവമായി കരുതുന്ന ആധുനിക സമൂഹങ്ങളും ഉണ്ട്. ഇറച്ചിക്കായി ഇവർ പാമ്പുകളെ വളർത്തുന്നു. തോലിനു വേണ്ടിയും പാമ്പുകൾ വേട്ടയാടപ്പെടുന്നു. ചെരിപ്പുകളും സഞ്ചികളും ഉണ്ടാക്കാൻ പാമ്പിൻതോൽ ഉപയോഗിക്കുന്നു. ഈ പ്ലാസ്റ്റിക് യുഗത്തിലും ചെരിപ്പും സഞ്ചിയുമുണ്ടാക്കാൻ പാമ്പിൻതോൽ തന്നെ വേണമെന്നു വന്നാൽ എന്തു ചെയ്യും.

അനുദിനം നശിച്ചുകൊണ്ടേയിരിക്കുന്ന പ്രകൃതിയിൽനിന്നും ഉരഗങ്ങളെ മാത്രമായി രക്ഷിക്കാൻ കഴിയുമെന്നു തോന്നുന്നില്ല. വനങ്ങളും

കുന്നുകളും ജലസ്രോതസുകളും ചതുപ്പുകളും നിലനിന്നാൽ പാമ്പുകളും നിലനിൽക്കും. ഒരു പാമ്പിനെ കാണുമ്പോൾ, അതൊരു 'കുരുടി'യായാൽ പോലും മഹത്തായ ഒരു ജൈവപൈതൃകത്തിന്റെ ഭാഗമാണ് അതെന്ന് മറക്കാതിരിക്കുക. അതിനെ നിലനിർത്താൻ ശ്രമിക്കുക.

'പാമ്പ് ഭൂമിയുടെ അവകാശികളിൽ ഒരാളാണ്. ഇവിടെ സഹവർത്തിത്വമാണ് ആവശ്യം.'

ഭൂമിയുടെ അവകാശികൾ എന്ന കഥയിൽ വൈക്കം മുഹമ്മദ് ബഷീർ.

അനുബന്ധം

നമ്മുടെ പാമ്പുകൾ - ശാസ്ത്രനാമം

വിഷമില്ലാത്തവ:

1. കുരുടിപ്പാമ്പ് (Blind snake - Typhlops braminus)
2. ചേര (Rat snake - ptyas mucosus)
3. മലമ്പാമ്പ് (Rock Python -Python molorus)
4. പന്തുപാമ്പ് (Ball Python - Pythonregius)
5. പെരുമ്പാമ്പ് (Reticulate Python - P reticulatus)
6. കവചവാലൻ (Shield tail - Uropeltis ocellatus)
7. ഇരുതലയൻ മണ്ണൂലി (Sand Boa - Eryx conicus)
8. വലിയ മണ്ണൂലി (John's sand Boa - Eryx Johni)
9. കാട്ടുപാമ്പ് (Trinket Snake - Eliphe helena)
10. നാഗത്താൻ (Golden tree snake - Flying snake - Chysopelea ornata)
11. വെള്ളിവരയൻ (Common wolf snake - Lycodon aulicus)
12. നീർക്കോലി (Checkered Keel - back - Natryx piscator)
13. തെയ്യാൻ പാമ്പ് (Striped keel - back - Natrix stolata)
14. പച്ചനാഗം (Green Keel - back - Macrophis thodon plumbicolour)
15. പൂച്ചക്കണ്ണൻ (Cat Snake - Boiga trigonata)
16. വില്ലൂന്നി (Bronze back - Ahaetulla grandocullis)
17. അനക്കൊണ്ട (Eunectes murinus)

വിഷപ്പാമ്പുകൾ

1. മൂർഖൻ (Cobra - Naja naja)
2. രാജവെമ്പാല (King Cobra - Ophiophagus hannah)

3. ശംഖുവരയൻ (Common Krait - Bungarus caereleus)
4. മഞ്ഞവരയൻ (Branded Krait - B faciatus)
5. കറുത്ത ശംഖുവരയൻ (Black Krait - Bungarus niger)
6. എഴുത്താണി മൂർഖൻ (Slender coral snake - Callophis melanurus)
7. എട്ടടി മൂർഖൻ (Coral snake - Callophis nigescens)
8. കടൽപ്പാമ്പ് (Hydrophis caerulescens)
9. അണലി (Russel's viper - vipera russelli)
10. ചുരുട്ട അണലി (Saw-scaled viper - Echis earinatus)
11. മരഅണലി (Pipviper - Ancistrodon species)
12. മുള അണലി (Trimeresurus gramineus)
13. കറുത്ത മാമ്പ (Dendroaspis polyepis)
14. സ്പിറ്റിങ് കോബ്ര (Naja nigricoltis)
15. ഗബൂൺ അണലി (Bitis gabonica)